ANG LAHAT NG PAGLULUTO NG SILI

Tuklasin ang Mayaman at Maanghang na Mundo ng Sili gamit ang 100 Recipe na ito na Nakakataba-basta na Nagtatampok ng Beef, Manok, Vegetarian, Vegan, at Higit Pa

Angel Nieto

TALAAN NG MGA NILALAMAN

KONGKLUSYON 232

PANIMULA

Ang sili ay ang pinakamasarap na pagkain - ito ay mainit, maanghang, at laging nakakabusog. Mas gusto mo man ang iyong sili na banayad o mainit, may beans o wala, mayroong isang recipe para sa lahat.

Sa cookbook na ito, nasasabik kaming magbahagi ng 100 masarap at kakaibang recipe ng sili na siguradong tatatak. Mula sa klasikong beef chili hanggang sa mga vegetarian na opsyon tulad ng kamote at black bean chili, mayroon kaming para sa lahat.

Ang aming mga recipe ay madaling sundin, na may sunud-sunod na mga tagubilin at kapaki-pakinabang na mga tip upang matiyak na ang iyong mga lutuin ay magiging perpekto sa bawat oras. Magbabahagi din kami ng ilang background na impormasyon sa sili at kasaysayan nito, pati na rin ang mga tip para sa pag-master ng mga kakaibang lasa at diskarte na ginagawang espesyal ang dish na ito.

Kaya, samahan kami sa paglalakbay na ito upang matuklasan ang sining ng sili. Sa aming 100 recipe, magagawa mong painitin ang iyong tastebuds at mapabilib ang iyong mga kaibigan at pamilya sa iyong mga kasanayan sa pagluluto.

Sa cookbook na ito, makikita mo ang:

✓ Mga klasikong recipe ng sili ng baka
✓ Mga recipe ng manok, pabo, at sili ng baboy
✓ Vegetarian at vegan na mga recipe ng sili
✓ Mga recipe ng sili na may beans at walang
✓ Mga natatanging twist sa tradisyonal na mga paborito
✓ Mga tip para maging perpekto ang mga diskarte sa pagluluto ng sili
✓ Impormasyon sa kasaysayan at kultura ng sili
✓ Mga larawan ng bawat ulam

At marami pang iba! Kaya, kung nais mong mapabilib ang iyong mga bisita sa hapunan o mag-enjoy lang ng ilang masasarap at maanghang na pagkain, ang cookbook na ito ay para sa iyo..

1.   Puting Sili

MGA INGREDIENTS:
- 1 kutsarang langis ng niyog
- 1 katamtamang sibuyas, tinadtad
- 3 cloves ng bawang, durog
- 1 (4-oz) na lata ng tinadtad na berdeng sili
- 8 ounces mushroom, hiniwa
- 2 kutsaritang giniling na kumin
- 1 kutsarita ng tuyo na oregano
- 4 na tasang Chicken Bone Broth (2 karton)
- 4 na tasang nilutong pabo, diced
- 2 (15-oz) na lata ng white beans (great northern, cannellini o chickpea)
- 1 tasang ginutay-gutay na Monterey Jack cheese
- Mga sariwang dahon ng perehil para sa dekorasyon

MGA TAGUBILIN:
a) Init ang mantika sa isang malaking kasirola sa katamtamang init.

b) Magdagdag ng sibuyas at bawang. Dahan-dahang lutuin hanggang mabango.

c) Paghaluin ang green chile peppers, mushroom, cumin, at oregano. Patuloy na lutuin at pukawin ang pinaghalong hanggang malambot, mga 3 minuto.

d) Magdagdag ng sabaw ng buto, pabo, at puting beans. Kumulo ng 15 minuto, pagpapakilos paminsan-minsan.

e) Lutuin ang sili. Magdagdag ng keso at palamutihan ng mga dahon ng perehil. Enjoy!

2. <u>One-Pot Turkey Chili Mac</u>

MGA INGREDIENTS:

- 1 kutsarang langis ng niyog
- 1 pound ground turkey
- ½ kutsaritang kosher salt
- ¼ tasa ng sibuyas, hiniwa
- 2 tangkay ng kintsay, diced
- ½ tasang kampanilya paminta, diced
- 4 na tasang Chicken Bone Broth (2 karton)
- 1 (16-oz) na garapon na katamtamang makapal at makapal na salsa
- 1 (15-16 oz) na maaaring pinababang-sodium red kidney beans, pinatuyo
- 1 (1.25-oz) na pakete ng chili seasoning mix
- 8 ounces elbow macaroni
- 2 ounces cheddar cheese, diced
- 1 (8-oz) lata na walang idinagdag na asin na tomato sauce
- Mga dahon ng perehil para sa dekorasyon

MGA TAGUBILIN:

a) Init ang mantika sa isang malaking kasirola sa medium-high. Ilagay ang ground turkey sa kawali at timplahan ng asin. Magluto ng 3-4 minuto, gamit ang iyong spatula upang durugin ang karne.

b) Haluin ang sibuyas, kintsay, at kampanilya, lutuin ng 2 minuto pa hanggang sa maluto ang pabo. Magdagdag ng sabaw, salsa, beans, at timpla ng pampalasa. Pakuluan.

c) Gumalaw sa pasta; magluto ng 8 minuto, paminsan-minsang pagpapakilos. Samantala, gupitin ang keso sa maliliit na cubes. Haluin ang tomato sauce at lutuin ng 1 minuto pa. Ihain ang sili na may keso at perehil.

3.   Nakabubusog na Sili ng Kalabasa

Gumagawa: 4 Servings

MGA INGREDIENTS:
- 2 kutsarang mantika
- 1 malaking sibuyas, tinadtad
- 15 ounces lata ng beans
- 2 cloves ng bawang
- 15 ounces lata buong kernel corn, pinatuyo at banlawan
- 1 kutsarang sili na pulbos
- 15 ounces lata ng diced tomatoes, na may juices
- 1 kutsarita ng ground cumin
- 15 ounces lata ng pumpkin puree
- ½ kutsarita ng itim na paminta
- 1 ½ tasa ng tubig o stock
- 1 kutsarita ng asin

MGA TAGUBILIN:
a) Sa isang colander, banlawan at alisan ng tubig ang beans at mais.

b) Init ang mantika sa isang malaking kaldero sa medium-high heat. Magdagdag ng mga sibuyas.

c) Magluto, madalas na pagpapakilos, hanggang malambot.

d) Magdagdag ng bawang. Magluto ng 1 minuto, patuloy na pagpapakilos.

e) Magdagdag ng mga kamatis at ang kanilang mga katas, kalabasa, tubig, sili na pulbos, kumin, bawang/sibuyas na pulbos, asin, at paminta. Pakuluan. Bawasan ang init sa mababang. Magdagdag ng beans at mais.

f) Takpan at lutuin, pagpapakilos, sa loob ng 15-20 minuto.

4.   <u>Sinising ng karne ng usa</u>

MGA INGREDIENTS:

- ½ lb. pinto o red beans
- 4 lbs. magaspang na tinadtad na karne ng usa (leeg, flank, plato, brisket, bilog, hulihan, shank) 1½ t. buto ng kumin
- ½c. tinadtad na suet o sowbelly na hiwa sa julienne strips
- 6 magandang-laki na mga sibuyas, tinadtad
- 2-4 cloves na bawang, tinadtad
- 1 t. oregano
- 3 T. sariwang sili na pulbos
- 1 malaking lata Italian peeled tomatoes
- 1 maliit na lata berdeng sili
- Asin at paminta
- Dash ng Tabasco sauce (opsyonal)
- 2 T. instant masa harina o Polenta

MGA TAGUBILIN:

a)	Hugasan ang beans, takpan ng sariwang malamig na tubig, pakuluan, at kumulo ng 2 minuto; hayaang tumayo, mahigpit na natatakpan, 1 oras. Maghanda ng karne (pinakamainam ang mga hiwa ng nilaga kung walang taba) sa pamamagitan ng paghiwa sa 1-pulgadang mga cube.

b)	Ilagay ang mga buto ng cumin sa isang kawali sa katamtamang init at panatilihing gumagalaw ang mga ito hanggang sa manigarilyo at maging kulay toast; pagkatapos ay ikalat ang mga ito sa isang patag na ibabaw at durugin gamit ang isang rolling pin. Ngayon tunawin ang suet o sowbelly sa isang malaking kawali; maaari mong palitan ang sapat na langis ng gulay o iba pang pampaikli para lagyan ng balat ang ilalim ng kawali, ngunit mawawalan ka ng lasa ng karne.

c)	Sa sandaling ang taba ay na-render o nagsimulang sumirit magdagdag ng mga piraso ng karne ng ilang sa isang pagkakataon at sear, i-cube upang selyuhan ang lahat ng panig.

d)	Ibaba ang apoy at idagdag ang mga sibuyas at bawang, paminsan-minsang haluin hanggang sa maging transparent ang mga sibuyas. Magdagdag ng tuyong buto ng cumin, oregano, at ang pinakasariwang pulbos ng sili na makukuha mo; haluin upang balutin ang karne ng mga pampalasa, magdagdag ng mga kamatis at berdeng sili, at dalhin sa kumukulong punto, pagkatapos ay bawasan ang init upang kumulo.

e)   Pakuluin muli ang binabad na beans at hayaang bumula nang halos hindi mahahalata hanggang sa lumambot sila - 30 minuto hanggang isang oras, depende sa beans.

f)   Samantala, panoorin ang pinaghalong karne upang makita na hindi ito masyadong tuyo, magdagdag ng tubig o stock kung kinakailangan upang mapanatili ang isang medyo tuluy-tuloy na pagkakapare-pareho. Tikman para sa pampalasa, pagdaragdag ng asin at paminta kung kinakailangan, at isang dash ng Tabasco bilang iyong taste buds decree.

g)   Pagkaraan ng humigit-kumulang 1½ oras (magdedepende ang oras sa kalidad at tibay ng mga hiwa ng karne ng usa) tikman ang karne; kung malambot na alisin ang labis na grasa - o palamigin nang magdamag upang hayaang mag-coagulate ang taba para madaling maalis. Magdagdag ng masa harina para sa pampalapot.

h)   Pagkatapos ay pagsamahin ang sili sa mga nilutong beans, ibalik sa kumukulo, at hayaang maghalo ang mga lasa sa loob ng isa pang 30 minuto.

5. <u>Polenta-Topped Turkey Chili Pie</u>

Gumagawa: 8

MGA INGREDIENTS:
- 6 na kutsarang langis ng canola
- ¾ tasa ng all-purpose na harina
- 2 kutsarita ng baking powder
- 1 itlog, pinalo
- 1 sibuyas, tinadtad
- ¾ tasa ng pinong Polenta
- 2 sibuyas ng bawang, tinadtad
- 1½ kutsarita kosher salt
- Spray sa pagluluto
- 2 (14.5-onsa) na lata ng mga kamatis na inihaw sa apoy, hindi pinatuyo
- 1½ pounds lean ground turkey
- 4 ounces matalim na Cheddar cheese, ginutay-gutay
- 1 tasang unsalted chicken stock
- 2 kutsarang sili na pulbos
- Mga sariwang dahon ng cilantro
- 15-onsa na lata ng black beans, pinatuyo at binanlawan
- ¾ tasa 2% na pinababang taba na gatas

MGA TAGUBILIN:
a)   Sa isang kawali, painitin ang 2 kutsara ng mantika.

b)   Idagdag ang pabo at mga sibuyas at igisa hanggang sa maging browned mga 7 minuto.

c)   Idagdag ang bawang, chili powder, at 1 kutsarita ng asin, para sa mga 1 minuto.

d)   Ilipat sa isang Crockpot na na-spray ng cooking spray.

e)   Paghaluin ang mga kamatis, stock, at beans hanggang sa maayos na pinagsama.

f)   Salain ang baking powder, harina, Polenta, at natitirang asin.

g)   Idagdag ang itlog, gatas, keso, at natitirang canola oil para makagawa ng batter.

h)   Ibuhos ang Polenta batter sa pinaghalong turkey sa slow cooker. Magluto ng 4 na oras at 30 minuto.

6.   Chili kamote gratin

Gumagawa: 6 Servings

MGA INGREDIENTS:
- 2 lata (10-onsa) mild enchilada sauce (2 tasa)
- 1 tasang Tubig
- 2 malalaking Bawang
- Mga clove; minced at minasa sa isang i-paste
- 5 malalaking kamote; (mga 3 1/2 lbs)
- 1⅓ tasa ng magaspang na gadgad na Monterey Jack cheese; (mga 6 na onsa)

MGA TAGUBILIN:
a) Painitin muna ang oven sa 375F. Sa isang malaking kasirola kumulo ang enchilada sauce, tubig, at bawang na may asin sa panlasa, paminsan-minsang pagpapakilos, 5 minuto.

b) Balatan ang patatas at gupitin nang crosswise sa ⅛-pulgada ang kapal. Sa isang 3-quart gratin o mababaw na baking dish layer ang ikaapat na bahagi ng patatas sa concentric na bilog, bahagyang magkakapatong, at budburan ng ⅓ tasa ng keso. Magpatuloy sa pagpapatong ng natitirang patatas at keso sa parehong paraan, na nagtatapos sa keso.

c) Dahan-dahang ibuhos ang sarsa sa mga patatas, hayaang tumulo ito sa pagitan ng mga layer, at maghurno ng gratin na nakatakda sa isang mababaw na baking pan (maaaring bumula ito) sa gitna ng oven 1 oras, o hanggang malambot ang patatas.

d) Maaaring gawin ang gratin 2 araw nang mas maaga at pinalamig, tinakpan.

e) Painitin muli ang gratin, natatakpan, sa oven.

7.   <u>Tomato Chili na May Taco Nut Meat</u>

Gumagawa: 4 Servings

MGA INGREDIENTS
3 tasa na may binhi at tinadtad na kamatis
1 tasa na may binhi at tinadtad, pinaghalong pula at berdeng kampanilya
¼ tasa tinadtad na kintsay
¼ tasa tinadtad na dilaw na sibuyas
1/3 tasa tinadtad na kabute (anumang uri)
1/3 tasa butil ng mais
1 kutsaritang tinadtad na bawang
2 kutsarita ng sili na pulbos
1 kutsarita ng ground cumin
¾ kutsarita ng pinatuyong oregano
¼ kutsarita ng asin sa dagat
1 recipe ng Taco Nut Meat

MGA TAGUBILIN
Ilagay ang lahat ng mga sangkap sa isang mangkok ng paghahalo at ihalo nang mabuti. Ilipat ang isang-katlo ng pinaghalong sa isang high-speed blender at katas. Ilagay muli ang katas sa mangkok ng paghahalo.
Upang ihain, hatiin sa apat na serving bowl. Itaas ang bawat bahagi ng Taco Nut Meat, at magsaya.

8. Sitaw at Sili ng Manok

Gumagawa: 8-10

MGA SANGKAP:
- 1-pound na suso ng manok, walang buto at walang balat
- 2 kutsarang langis ng oliba (extra-virgin)
- 1 medium diced sibuyas
- 2 sibuyas ng bawang
- 2 lata (15 ounces bawat isa) ng navy beans, pinatuyo at binanlawan
- 1 tasang sariwa o frozen na butil ng mais
- Ang 1 4 na onsa ay maaaring tumaga ng berdeng sili
- ⅛ kutsarita ng cayenne pepper
- 3 tasa ng tubig
- 2 tasang gadgad na Monterey Jack cheese
- 2 kutsarang sariwang cilantro, tinadtad
- 2 kutsarita ng sili na pulbos
- 2 kutsaritang giniling na kumin

MGA TAGUBILIN:
a) Kuskusin ang manok na may asin at paminta.
b) Init ang mantika Sa isang kawali sa mataas na apoy, pagkatapos ay idagdag ang mga piraso ng manok at lutuin, pagpapakilos, hanggang sa ginintuang kayumanggi.
c) Bawasan ang apoy at ihalo ang sibuyas at bawang.
d) Lutuin, paminsan-minsang pagpapakilos, sa loob ng 5-6 minuto, o hanggang sa maging translucent ang sibuyas.
e) Idagdag ang beans, mais, paminta, pampalasa, at tubig.
f) Pakuluan, pagkatapos ay bawasan ang init at lutuin, walang takip, sa loob ng 1 oras.
g) Budburan ang bawat serving ng isang kutsarang keso at kaunting cilantro.

9. Wild rice at Chili Dip

Gumagawa: 4 hanggang 6 na servings

MGA INGREDIENTS:
- 12 onsa ng lutong lentil
- 1/4 tasang sabaw ng gulay na walang yeast
- 1/4 tasa tinadtad na berdeng paminta
- 1/2 clove na bawang, pinindot
- 1 tasang diced na kamatis
- 1/4 tasang tinadtad na sibuyas
- 2 ounces Cream Cheese
- 1/2 kutsarang sili na pulbos
- 1/2 kutsarita ng kumin
- 1/4 kutsarita ng asin sa dagat
- Dash paprika
- 1/2 tasang lutong ligaw na bigas

MGA TAGUBILIN
a) Sa isang maliit na kawali, lutuin ang lentil at sabaw ng gulay.
b) Idagdag ang mga sibuyas, kampanilya, bawang, at mga kamatis at lutuin ng 8 minuto sa katamtamang init.
c) Sa isang blender, pagsamahin ang Cream Cheese, chili powder, cumin, at sea salt hanggang makinis.
d) Pagsamahin ang rice, cream cheese blend, at lentil vegetable mix sa isang malaking mixing bowl at ihalo nang mabuti.

10. Maanghang na karne

MGA INGREDIENTS:

- Ground/minced beef 500g
- 1 Malaking sibuyas na tinadtad
- 3 siwang ng Bawang
- 2 lata ng tinadtad na kamatis 400g
- Pigain ang tomato puree
- 1 kutsarita ng chili powder (o sa panlasa)
- 1 kutsarita ng ground cumin
- dash ng Worcester sauce
- Budburan ng asin at paminta
- 1 tinadtad na pulang paminta
- 1 lata ng pinatuyo na kidney beans 400g

MGA TAGUBILIN:

a) Iprito ang sibuyas sa isang mainit na kawali na may mantika hanggang sa halos kayumanggi pagkatapos ay ilagay ang tinadtad na bawang

b) Idagdag ang mince at pukawin hanggang kayumanggi; alisan ng tubig ang anumang labis na taba kung ninanais

c) Idagdag ang lahat ng pinatuyong pampalasa at pampalasa pagkatapos ay bawasan ang init at magdagdag ng tinadtad na kamatis

d) Haluing mabuti at ilagay ang tomato purée at Worcestershire sauce pagkatapos ay hayaang kumulo ng halos isang oras (mas mababa kung nagmamadali ka)

e) Idagdag ang tinadtad na pulang paminta at patuloy na kumulo sa loob ng 5 minuto, pagkatapos ay idagdag ang lata ng pinatuyo na kidney beans at lutuin ng karagdagang 5 minuto Kung ang sili ay matuyo sa anumang punto magdagdag lamang ng kaunting tubig.

f) Ihain kasama ng kanin, jacket na patatas o pasta!

11. <u>Jamaican Squash Soup</u>

GINAWA4

MGA INGREDIENTS:
- 1 malaking sibuyas, binalatan at tinadtad
- 1 karot, binalatan at tinadtad
- 1 jalapeño, paminta, inalis ang mga buto, pinong tinadtad
- 3 kutsarang mantikilya
- 2 kutsarita ng ground cumin
- 2 kutsarita ng ground coriander
- ½ kutsarita ng giniling na kanela
- ½ kutsarita ng cayenne pepper
- ½ kutsarita ng sili na pulbos
- 1 malaking spaghetti squash, binalatan at hiniwa
- Stock ng manok para takpan ang mga gulay, mga 3 tasa
- Juice ng 1 orange
- Katas ng 1 kalamansi

ANCHO CREAM
- 2 hanggang 3 mga sili ng ancho, hiniwa nang kalahati, tangkay, at pinagbinhan
- 6 na kutsarang almond milk
- 4 na kutsarang kulay-gatas
- asin
- Paminta
- Lime juice sa panlasa

MGA TAGUBILIN:
a) Sa isang malaking mabigat na palayok, pawis na sibuyas, karot, at Jalapeno pepper sa mantikilya hanggang malambot

b) Magdagdag ng cumin, coriander, cinnamon, cayenne, at chili powder

c) Magluto ng karagdagang 2 minuto sa mababang init

d) Magdagdag ng kalabasa

e) Takpan ang pinaghalong may stock, juice ng isang orange, at juice ng kalamansi Pakuluan hanggang lumambot ang kalabasa, mga ½ oras

f) Payagan ang paglamig

g) Purée mixture sa processor o gumamit ng immersion blender
h) Ibalik ang sopas sa kawali, timplahan ng asin at paminta
i) Painitin muli at ayusin ang pampalasa kung kinakailangan
j) Paikutin sa Ancho Cream
k) Palamutihan ng kulay-gatas na pinanipis na may ilang mabigat na cream
l) Ilagay ang dab sa gitna ng isang soup bowl at gamit ang toothpick, i-drag mula sa gitna papunta sa labas at bumuo ng star o spider web

12.   Lagniappe na sili

Gumagawa: 40 Servings

MGA INGREDIENTS:

- 1 libra Pinatuyong pinto beans
- 6 quarts Tubig o baka ng baka
- 2 dahon ng bay
- 3 onsa Pinatuyong kamatis
- 1 kutsarang Sage
- 1 kutsarita ng Oregano
- 3 kutsarita ng Cayenne powder
- 1 kutsarang Black mustard seed; inihaw
- 1 kutsarang buto ng Cumin; inihaw
- ½ tasa ng Worcestershire sauce
- ½ tasa ng Nuoc mam
- ¼ tasa ng itim na paminta
- ¼ tasa ng mainit na paprika
- ¼ tasang giniling na kumin
- 4 larges Chipotle peppers; punit-punit
- 2 larges Jalapeno peppers; tinadtad
- 2 libra Mga sariwang kamatis; tinadtad
- 1 lata (28-oz) binalatan na mga kamatis; tinadtad
- 12 ounces Tomato paste
- 2 ulo ng bawang; pinindot
- 2 malalaking dilaw na sibuyas; tinadtad
- 4 na kutsarang langis ng Canola
- 1 pounds Kielbasa
- 3 pounds Ground beef
- 2 kutsarang pinatuyong hipon
- 1 tasang pinausukang talaba
- ¼ tasa Honey
- Asin sa panlasa

MGA TAGUBILIN:

a) Ibabad ang pinto beans magdamag. Sa susunod na umaga, alisan ng tubig ang beans, itapon ang mga lumulutang.

b) Mag-init ng tubig o stock ng baka, ilagay ang pinto. Dalhin sa isang mabagal na pigsa, bawasan ang init, magdagdag ng mga dahon ng bay, at kumulo sa loob ng dalawang oras. Habang kumukulo ang beans, ilagay ang isang kutsarang buto ng cumin at isang kutsarang buto ng itim na mustasa sa isang maliit na tuyong kawali. Painitin ang init sa mataas, at lutuin, patuloy na pagpapakilos, hanggang sa ang mga buto ay nagsimulang tumubo. Alisin kaagad mula sa init, at durugin sa isang mortar at pestle o food processor. Reserve.

c) Susunod, idagdag ang lahat ng tuyong pampalasa, kamatis, at chipotle peppers sa beans. Haluin mabuti. Magdagdag ng worcestershire sauce at nuoc mam, ihalo. Ilagay ang apat na kutsarang mantika sa isang malaking kawali, i-chop ang mga sibuyas at jalapeno peppers, at iprito sa katamtamang init hanggang sa maging translucent ang mga sibuyas. Idagdag sa chili pot, haluin. Hiwain ang isang kilong kielbasa, kayumanggi sa kawali, idagdag sa sili. Ngayon ay kayumanggi na ng tatlong libra ng giniling na baka, tinadtad gamit ang spatula sa mga tipak na kasing laki ng kagat. Alisin sa init, alisan ng tubig, at idagdag sa sili.

d) Ngayon, pindutin ang dalawang ulo (mga 25 cloves) ng bawang sa sili. Magdagdag ng pinatuyong hipon at pinausukang talaba. Haluin, pakuluan, bawasan sa katamtamang kumulo, at lutuin, natatakpan, para sa karagdagang isa hanggang dalawang oras, pagpapakilos paminsan-minsan. Mga labinlimang minuto bago ihain, magdagdag ng isang quarter cup ng honey, haluin, at asin sa panlasa. Alisin sa init, at ihain.

13.   <u>Gungo Pea Soup</u>

GINAWA6-8

MGA INGREDIENTS:
- 2 tasa (400 g) pinatuyong gungo o pigeon peas
- 1 pinausukang ham hock
- 2 medium na sibuyas, gupitin sa malalaking piraso
- 2 karot, gupitin sa malalaking piraso
- 1 tangkay ng kintsay, na may mga dahon
- 2 scotch bonnet o jalapeño na sili, tinanggalan ng binhi at hiniwa
- 1 clove ng bawang, tinadtad
- 1 dahon ng bay
- 1 kutsaritang dinurog na sariwang dahon ng rosemary o ¼ kutsarita ng dinurog na tuyo na rosemary
- 1 bahagi Spinners

MGA TAGUBILIN:
a) Ihanda ang Spinners
b) Hugasan ang mga gisantes at ilagay ang mga ito sa isang mangkok. Magdagdag ng sapat na tubig upang matakpan at ibabad sa magdamag. Patuyuin at itabi.
c) Magdagdag ng 6 na tasa ng tubig sa isang stockpot at idagdag ang ham hock, sibuyas, karot, kintsay, sili, bawang, bay leaf, at rosemary. Pakuluan, bawasan ang apoy sa mababang, at kumulo sa loob ng 45 minuto. Salain ang stock, ireserba ang ham hock at itapon ang mga gulay. I-skim ang taba mula sa stock.
d) Ibalik ang stock at ang ham hock sa stockpot kasama ang babad na mga gisantes. Pakuluan sa mahinang apoy hanggang malambot ang mga gisantes, mga 2 oras. Alisin ang kalahati ng mga gisantes mula sa sopas na may slotted na kutsara at purée sa isang food processor.
e) Ibalik ang purée sa sopas.
f) Idagdag ang inihandang Spinners sa sopas at painitin.

14.   <u>Mais at Hipon na Sopas</u>

MGA INGREDIENTS:
- 2 pounds medium shrimp sa mga shell na may mga ulo
- 8 tainga ng mais
- 1 stick mantikilya
- ½ tasang all-purpose na harina
- 1 malaking sibuyas, tinadtad
- 3 berdeng sibuyas, tinadtad, puti at berdeng bahagi na pinaghiwalay
- 1 berdeng paminta, tinadtad
- 2 tangkay ng kintsay, tinadtad
- 1 kutsaritang tinadtad na bawang
- 1 (10-onsa) lata ng orihinal na Ro-Tel na kamatis at berdeng sili
- Asin, sariwang giniling na black pepper, at Creole seasoning, sa panlasa
- ½ pint mabigat na cream
- 2 kutsarang tinadtad na flat-leaf parsley

GA TAGUBILIN:

a) Alisin ang ulo, balatan, at alisin ang hipon, ilagay ang mga ulo at shell sa isang malaking palayok. Itabi ang hipon sa refrigerator.

b) Gamit ang isang napakatalim na kutsilyo, gupitin ang mga butil sa mga butil ng mais sa isang napakalaking mangkok. Gamit ang isang mapurol na kutsilyo sa mesa, simutin ang mga cobs upang mailabas ang lahat ng katas ng mais sa mangkok. Itabi.

c) Idagdag ang corn cobs sa kaldero na may mga balat ng hipon. Magdagdag ng sapat na tubig upang masakop ang mga shell at cobs at pakuluan. Bawasan ang init sa katamtaman at kumulo sa loob ng 30 minuto, walang takip. Kapag bahagyang lumamig, salain ang stock sa isang malaking sukatan at itapon ang mga shell at cobs. Dapat kang magkaroon ng 8 tasa ng stock; kung hindi, magdagdag ng sapat na tubig upang makagawa ng 8 tasa ng likido.

d) Sa isang malaki, mabigat na palayok, tunawin ang mantikilya sa katamtamang init; idagdag ang harina at lutuin, patuloy na pagpapakilos, hanggang ang roux ay nagiging kulay ng butterscotch.

e) Idagdag ang sibuyas, ang mga puting bahagi ng berdeng mga sibuyas, ang kampanilya, ang kintsay, at ang bawang at lutuin hanggang ang mga sibuyas ay translucent. Idagdag ang mga kamatis at unti-unting ihalo ang stock. Timplahan ng asin, paminta, at Creole seasoning at kumulo, natatakpan, nang mga 15 minuto. Idagdag ang mais at lutuin ng 10 minuto pa. Idagdag ang hipon at lutuin hanggang sila ay kulay rosas, mga 2 minuto. Idagdag ang cream, green onion tops, at perehil. Kapag handa nang ihain, init nang dahan-dahan. Huwag pakuluan.

15.   Nilagang Brunswick

Gumagawa ng: 8 TO 10 SERVINGS

MGA INGREDIENTS:

- 6 tasang sabaw ng manok
- 2 tasang Slow Cooker BBQ na Hinila na Baboy
- 2 tasang tinadtad na manok, niluto
- 2 tasang frozen o tuyo na limang beans
- 3 medium russet na patatas, binalatan at hiniwa
- 1 (14-onsa) na maaaring diced na kamatis sa tomato juice
- 1 malaking pulang sibuyas, diced
- 1½ tasa ng frozen na mga gisantes at karot
- 1½ tasang frozen okra
- 1 tasang frozen na mais
- 1 tasang hickory BBQ sauce
- 3 sibuyas ng bawang, tinadtad
- 2 kutsarang Worcestershire sauce
- 2½ kutsarita ng asin
- 1 kutsarita ng ground black pepper
- ½ kutsarita ng giniling na kumin

MGA TAGUBILIN:

a) Idagdag ang lahat ng sangkap sa isang 6-quart na slow cooker. Haluin hanggang sa maayos ang lahat. Ilagay ang takip sa mabagal na kusinilya, at itakda ang init sa mahina.

b) Magluto ng 5 oras, pagkatapos ay ihain. Ang anumang natira ay maaaring itago sa isang lalagyan ng airtight sa refrigerator nang hanggang 5 araw.

16. Bean at Rice Soup

Gumagawa: 4

MGA INGREDIENTS:
- 2 tasang manok, niluto at nilagyan ng cube
- 1 tasang long-grain rice, niluto
- 2 15-onsa na lata ng pinto beans, pinatuyo
- 4 tasang stock ng manok
- 2 kutsarang Taco Seasoning Mix
- 1 tasang tomato sauce

Mga toppings:
- Grated na keso
- Salsa
- Tinadtad na cilantro
- Tinadtad na sibuyas

MGA TAGUBILIN:
a) Ilagay ang lahat ng sangkap sa isang medium stockpot. Haluing malumanay.

b) Magluto sa katamtamang init, kumulo ng mga 20 minuto, paminsan-minsang pagpapakilos.

c) Ihain kasama ng mga toppings.

17.   Rice Soup

Gumagawa: 4

MGA INGREDIENTS:
- 4 na malalaking tangkay ng kintsay
- 3 malalaking karot
- 1 katamtamang puting sibuyas
- 1 kutsarita ng tuyo na thyme
- 1 kutsarita ng tuyo na perehil
- 1 kutsarita ng bawang pulbos
- 1 kutsarita ng asin
- ½ kutsarita ng ground sage
- 1 kutsarang coconut aminos
- 4 tasang sabaw ng gulay
- 2 tasang tubig
- 2/3 tasa ng mahabang butil na puting bigas
- 1 lata pinto beans (15 oz. lata)

MGA TAGUBILIN:
a) Dice o i-chop ang mga gulay sa mga piraso ng bite size.

b) Magdagdag ng malaking kaldero sa kalan at i-on ang medium heat. I-spray ang ilalim ng palayok ng avocado oil o olive oil spray. Magdagdag ng mga gulay.

c) Magluto ng mga gulay 3-4 minuto.

d) Pagkatapos ng 3-4 minuto, magdagdag ng mga pampalasa, bay leaf at coconut aminos. Haluin at lutuin ng 1-2 minuto pa.

e) Habang nagluluto ang mga gulay, banlawan ng mabuti ang kanin.

f) Magdagdag ng ½ tasa ng sabaw ng gulay at simutin ang ilalim/gilid ng palayok upang alisin ang anumang kayumangging piraso mula sa ibaba.

g) Idagdag ang natitirang sabaw, tubig at kanin sa kaldero. Haluin at takpan. Gawing mataas ang init.

h) Kapag kumulo na ang sabaw, hinaan ang apoy sa mahina at lutuin ng 15 minuto.

i) Habang nagluluto ang sopas, banlawan at alisan ng tubig ang beans. At idagdag ang mga ito sa sopas.

j) Bago ihain, alisin ang mga dahon ng bay. Ihain nang mainit.

18.   Inihurnong gulay na gumbo creole

Gumagawa: 10 servings

MGA INGREDIENTS:
1 pounds Sariwang okra, diag. hiniwa
2 pakete ng Frozen na hiniwang okra(10oz)
Kumukulong inasnan na tubig
1 tadyang kintsay, pahilis na hiniwa
2 kampanilya paminta, sa mga piraso
2 pack ng Frozen na limang beans(10oz)
8 Mga tainga ng sariwang butil ng mais
2 pack ng Frozen corn, lasaw(10oz)
Mantikilya o margarin
Mga mumo ng tinapay
1 maliit na sibuyas, tinadtad
4 hinog na kamatis, hiniwa
2 Serrano chile, hiniwa nang manipis
1 kutsarita tinadtad na sariwang basil
½ kutsarita pinatuyong basil, durog
Asin sa panlasa
Itim na paminta sa panlasa
½ tasang Ginutay-gutay na Monterey Jack

MGA TAGUBILIN:
a) Magluto sandali ng sariwang okra sa kumukulong tubig na inasnan; alisan ng tubig.
b) Paputiin ang kintsay sa kumukulong inasnan na tubig.
c) Magdagdag ng bell peppers at limang beans at lutuin hanggang malambot lamang; sa huling 30 segundo, magdagdag ng mais (huwag mag-overcook), pagkatapos ay alisan ng tubig ang mga gulay.
d) Mantikilya ang isang malaking baking dish at budburan ng mga mumo ng tinapay; magdagdag ng isang layer ng corn-bean mixture at okra.
e) Pagsamahin ang sibuyas, kamatis at basil; kutsarang layer ng sibuyas-kamatis na pinaghalong sa ibabaw ng ilalim na layer sa ulam.
f) Budburan ng sili at timplahan ng asin at paminta.

g) Dot na may mantikilya at budburan ng bread crumbs.

h) Ulitin ang pagpapatong hanggang mapuno ang kaserol.

i) Sa itaas na may isang layer ng okra na itinubog sa mga mumo at bahagyang ginisa sa mantikilya; iwisik nang pantay-pantay ang ginutay-gutay na keso kung gusto.

j) Maghurno nang walang takip sa preheated na 300' sa loob ng 1 oras.

19. Red Bean Jambalaya

Gumagawa ng 4 na servings

MGA INGREDIENTS:
- 1 kutsarang langis ng oliba
- 1 katamtamang dilaw na sibuyas, tinadtad
- 2 tadyang ng kintsay, tinadtad
- 1 medium green bell pepper, tinadtad
- 3 sibuyas ng bawang, tinadtad
- 1 tasang long-grain rice
- 3 tasang niluto o 2 (15.5-onsa) na lata ng dark red na kidney beans
- 1 (14.5-onsa) lata ng mga kamatis na diced, pinatuyo
- (14.5-onsa) ay maaaring durog na kamatis
- (4-onsa) ay maaaring banayad na berdeng sili, pinatuyo
- 1 kutsarita ng tuyo na thyme
- 1/2 kutsarita ng pinatuyong marjoram
- 1 kutsarita ng asin
- Bagong giniling na itim na paminta
- 21/2 tasang sabaw ng gulay
- 1 kutsarang tinadtad na sariwang perehil, para sa dekorasyon
- Tabasco sauce (opsyonal)

MGA TAGUBILIN:
a) Sa isang malaking kasirola, init ang mantika sa katamtamang apoy. Idagdag ang sibuyas, kintsay, kampanilya, at bawang. Takpan at lutuin hanggang lumambot, mga 7 minuto.

b) Haluin ang kanin, beans, diced tomatoes, durog na kamatis, chiles, thyme, marjoram, asin, at black pepper sa panlasa. Idagdag ang sabaw, takpan, at kumulo hanggang malambot ang mga gulay at malambot ang kanin, mga 45 minuto.

c) Budburan ng perehil at isang splash ng Tabasco, kung ginagamit, at ihain.

20.   <u>**Red Beans at Bigas**</u>

MGA INGREDIENTS:
- 1 libra pinatuyong kidney beans
- 2 kutsarang langis ng gulay
- 1 malaking sibuyas, tinadtad
- 1 bungkos na berdeng sibuyas, tinadtad, puti at berdeng mga bahagi ay pinaghiwalay
- 1 berdeng paminta, tinadtad
- 2 tangkay ng kintsay, tinadtad
- 4 na sibuyas ng bawang, tinadtad
- 6 tasang tubig
- 3 dahon ng bay
- ½ kutsarita ng tuyo na thyme
- 1 kutsarita Creole seasoning
- 1 buto ng ham na may kaunting ham dito, mas mabuti, o 2 ham hocks o ½ pound ham chunks
- Asin at sariwang giniling na itim na paminta, sa panlasa
- 1 libra na pinausukang sausage, gupitin sa mga bilog na ½ pulgada ang kapal
- 2 kutsarang tinadtad na flat-leaf parsley, at higit pa para sa paghahatid
- Lutong mahabang butil na puting bigas, para ihain

MGA TAGUBILIN:

a) Ilagay ang beans sa isang malaking palayok, takpan ng tubig, ibabad magdamag, at alisan ng tubig.

b) Sa isang malaki at mabigat na kaldero, init ang mantika at igisa ang mga sibuyas, ang mga puting bahagi ng berdeng sibuyas, ang kampanilya, ang kintsay at ang bawang.

c) Sa isang malaking kawali, kayumanggi ang sausage. Itabi.

d) Sa palayok idagdag ang beans, tubig, bay leaves, thyme, Creole seasoning, at ham at pakuluan. Bawasan ang apoy, takpan, at kumulo sa loob ng 2 oras, paminsan-minsang pagpapakilos, idagdag ang sausage 30 minuto bago makumpleto ang pagluluto.

e) Alisin ang mga dahon ng bay, ihalo ang perehil, at ihain sa mga mangkok na may kanin. Budburan ang mga mangkok na may higit pang perehil, kung ninanais.

21. <u>Instant Pot beans at Mushroom Gumbo</u>

Gumagawa: 4

MGA INGREDIENTS:
- 3 sibuyas ng bawang, tinadtad
- 1 tasang mushroom, hiniwa
- 1 tasang kidney beans, ibinabad sa magdamag
- 1 kampanilya paminta, tinadtad
- 2 kutsarang tamari sauce
- 2 medium zucchini, hiniwa
- 2 tasang stock ng gulay

MGA TAGUBILIN:
a) Idagdag ang lahat ng sangkap sa instant pot at haluing mabuti.
b) Takpan ang palayok na may takip at lutuin nang mataas sa loob ng 8 minuto,
c) Hayaang palabasin nang natural ang pressure sa loob ng 10 minuto pagkatapos ay bitawan gamit ang quick-release na paraan.
d) Haluing mabuti at ihain.

22.   <u>Gumbo Z'Herbes</u>

Gumagawa ng 6 na servings

- 1/4 tasa ng langis ng oliba
- 1 katamtamang sibuyas, tinadtad
- 1 medium green bell pepper, tinadtad
- 1 tadyang ng kintsay, tinadtad
- 3 sibuyas ng bawang, tinadtad
- 1/4 tasang all-purpose na harina
- 1 (14.5-onsa) lata ng mga kamatis na diced, pinatuyo
- 1 kutsarita ng pinatuyong marjoram
- 1/4 kutsaritang giniling na cayenne
- 7 tasang sabaw ng gulay
- 4 na tasang tinadtad na may tangkay ng sariwang spinach
- 4 na tasang tinadtad na stemmed kale
- 2 katamtamang bungkos na watercress, matigas na tangkay ay tinanggal, tinadtad
- 1 katamtamang bungkos ng chicory
- Asin at sariwang giniling na itim na paminta
- 11/2 tasang niluto o 1 (15.5-onsa) na lata ng matingkad na pulang kidney beans, pinatuyo at binanlawan
- 1 kutsarita ng Tabasco sauce, o sa panlasa
- 1/2 kutsarita gumbo filé powder (opsyonal)
- 3 tasang mainit na nilutong mahabang butil na puting bigas

a) Sa isang malaking sopas pot, init ang mantika sa katamtamang init. Idagdag ang sibuyas, bell pepper, celery, at bawang. Takpan at lutuin hanggang lumambot, mga 10 minuto.

b) Paghaluin ang harina at lutuin, patuloy na pagpapakilos, hanggang ang harina ay madilim sa isang brownish na kulay, mga 10 minuto. Ihalo ang mga kamatis, marjoram, cayenne, at sabaw at pakuluan.

c) Idagdag ang spinach, kale, watercress, at chicory. Bawasan ang init sa mahina, timplahan ng asin at itim na paminta sa panlasa, at kumulo, paminsan-minsang pagpapakilos, hanggang sa lumambot ang mga gulay, mga 20 minuto.

d) Idagdag ang beans, perehil, at Tabasco at lutuin ng 10 minuto pa.

e) Haluin ang filé powder, kung ninanais, at alisin sa init.

f) Sandok ng 1/2 tasa ng bigas sa bawat mababaw na mangkok ng sopas, sandok ng gumbo sa ibabaw ng kanin, at ihain.

23. Pinaghalong Butil Sili

Gumagawa: 12

MGA SANGKAP:
- 2 kutsarang langis ng oliba
- 2 shallots, tinadtad
- 1 malaking dilaw na sibuyas, diced
- 1 kutsarang sariwang luya, pinong gadgad
- 8 sibuyas ng bawang, durog
- 1 kutsarita ng ground cumin
- 3 kutsarang pulang paminta na pulbos
- asin
- Itim na paminta
- 28-onsa na lata ng dinurog na kamatis
- 1 de-latang chipotle pepper, tinadtad
- 1 Serrano pepper, seeded at tinadtad
- 3 tinadtad na spring onion
- ⅔ tasa ng bulgur
- ⅔ tasa ng perlas na barley
- 2¼ tasa ng halo-halong lentil, banlawan
- 1½ tasa ng de-latang chickpeas

MGA TAGUBILIN:
a) Init ang mantika Sa isang kawali sa mataas na apoy at lutuin ang bawang at sibuyas sa loob ng 4-5 minuto.
b) Igisa ng 1 minuto na may luya, bawang, kumin, at sili.
c) Pagsamahin sa mga kamatis, paminta, at sabaw.
d) Pakuluan ang mga sangkap, hindi kasama ang spring onion.
e) Bawasan sa mahinang apoy at lutuin ng 35 hanggang 45 minuto, o hanggang maabot ang ninanais na kapal.
f) Ihain nang mainit at budburan ng mga spring onion.

24. Red Bean at Bulgur Chili

Gumagawa ng 4 na servings

- 2 kutsarang langis ng oliba
- 1 katamtamang pulang sibuyas, tinadtad
- 1 medium red bell pepper, tinadtad
- 3 sibuyas ng bawang, tinadtad
- 2 kutsarang sili na pulbos
- 1/2 kutsarita ng tuyo na oregano
- 1 (14.5-onsa) lata ng mga kamatis na diced, pinatuyo
- 2 tasang kamatis na salsa
- 3 tasang niluto o 2 (15.5-onsa) na lata ng dark red na kidney beans, binanlawan at pinatuyo
- 1 tasang tubig
- 1 tasa ng bulgur
- 1 (4-onsa) lata na tinadtad na banayad na berdeng sili, pinatuyo

Sa isang malaking kasirola, init ang mantika sa katamtamang apoy. Idagdag ang sibuyas at kampanilya, takpan, at lutuin hanggang lumambot, mga 7 minuto.

Haluin ang bawang, chili powder, at oregano, at lutuin, walang takip, hanggang mabango, 1 minuto. Idagdag ang mga kamatis, salsa, beans, tubig, bulgur, chiles, at asin.

Takpan at kumulo, paminsan-minsang pagpapakilos, hanggang ang bulgur ay malambot at ang sili ay makapal at may lasa, mga 45 minuto. Ihain kaagad.

25. <u>White Bean, Turkey, at Sausage Chili</u>

Magbubunga: 6 na servings

Mga sangkap
- 1 (1 onsa) pakete ng mainit na Italian sausage link
- 1 kutsarang langis ng oliba
- 2 mga cutlet ng pabo, gupitin sa mga piraso ng laki ng kagat
- 1 kutsarang giniling na kumin
- 1 ½ kutsarita ng pulbos ng bawang
- 1 kurot na asin at giniling na itim na paminta sa panlasa
- 2 sibuyas, tinadtad
- 8 cloves ng bawang
- 4 (15 onsa) na lata ng puting kidney beans (cannellini), hinuhugasan at pinatuyo
- 3 (10.75 onsa) lata na low-sodium na sabaw ng manok
- 1 kutsarang giniling na kumin
- 1 ½ kutsarita ng pulbos ng bawang
- 2 peppers jalapeno peppers, tinadtad
- 2 paminta buong jalapeno peppers

Mga direksyon

a) Painitin ang hurno sa 350 degrees F (175 degrees C).

b) I-wrap ang mga sausage sa foil, ilagay sa isang baking sheet, at maghurno ng 30 minuto.

c) Init ang langis ng oliba sa isang malaking cast-iron na kawali sa katamtamang init. Magluto at pukawin ang pabo sa mainit na mantika hanggang sa pantay na kayumanggi, mga 5 minuto.

d) Timplahan ng pabo ang 1 kutsarang kumin, 1 1/2 kutsarita ng pulbos ng bawang, asin, at itim na paminta. Magdagdag ng mga sibuyas at bawang sa pabo; ipagpatuloy ang pagluluto at haluin hanggang lumambot ang sibuyas, 5 hanggang 7 minuto.

e) Ibuhos ang puting kidney beans at sabaw ng manok. Timplahan ng 1 kutsarang kumin at 1 1/2 kutsarita na pulbos ng bawang. Kumulo sa katamtamang init, paminsan-minsang pagpapakilos, sa loob ng 30 minuto.

f) Paghaluin ang tinadtad na jalapeno at ang buong jalapeno peppers, kung ninanais.

g) Alisin ang mga sausage mula sa oven at gupitin ang mga ito sa mga piraso ng kagat. Haluin ang sausage sa sili.

h) Lutuin ang sili hanggang malambot ang buong jalapeno peppers at malapot ang sili, mga 15 minuto pa.

26. <u>Black Bean Soup</u>

Gumagawa: 8 Servings

MGA INGREDIENTS:
- 4 cloves na bawang, tinadtad
- 8 ounces black beans, hugasan at ibabad sa magdamag
- 7 tasang low-sodium stock ng manok, o tubig
- ½ tasang flat beer
- ¾ tasa ng maitim na rum
- 2 sibuyas, hiniwa
- 2 kutsarang mantikilya o margarin
- 1 tasa ng kintsay, pinong tinadtad
- 1 berdeng kampanilya na paminta, nabinhi at tinadtad
- 1 pulang kampanilya paminta, seeded at diced
- 2 chili peppers, pinagbinhan at tinadtad
- 2 carrots, binalatan at diced
- ½ tasa ng de-latang durog na kamatis
- 1½ kutsarang giniling na kumin
- 1 kutsarita ng pulang mainit na sarsa
- ½ kutsarang sili na pulbos
- ½ kutsarita sariwang giniling na itim na paminta
- ½ kutsarita ng asin
- ¼ kutsarita ng cayenne pepper
- 1 kutsarang sariwang cilantro, tinadtad

MGA TAGUBILIN
a) Alisan ng tubig ang black beans at pagsamahin ang mga ito sa stock, beer, rum, bawang, at kalahati ng mga sibuyas sa isang kasirola.
b) Magluto, paminsan-minsang pagpapakilos, sa loob ng 1½ oras sa mababang init.
c) Magdagdag ng hanggang 2 tasa ng kumukulong tubig, at kumulo ng 15 minuto.
d) Sa isang food processor, purée ang bean mixture.
e) Matunaw ang mantikilya sa isa pang kawali. Idagdag ang natitirang mga sibuyas, kasama ang kintsay, paminta, at karot.

f) Igisa ang mga gulay sa loob ng 5 hanggang 7 minuto, o hanggang sa lumambot ngunit hindi malambot.

g) Idagdag ang ginisang gulay, dinurog na kamatis, pinaghalong purong, at mga pampalasa sa kasirola.

h) Paghalo paminsan-minsan, dalhin sa kumulo at lutuin ng mga 15 minuto.

i) Agad na ihain na may kasamang isang piraso ng kulay-gatas o yogurt.

27. Red bean sopas

Gumagawa: 8 Servings

MGA INGREDIENTS
- 1 sibuyas, tinadtad
- 2 tangkay ng kintsay, tinadtad
- 6 Serrano o Jalapeno chiles, tinadtad
- 2 tasang pinatuyong kidney beans
- ¼ pounds Salt na baboy
- 1½ litrong Tubig
- Asin at paminta para lumasa

MGA TAGUBILIN
a) Pagsamahin ang mga sangkap sa isang mabagal na kusinilya.
b) Pakuluan, pagkatapos ay babaan ang apoy at kumulo sa loob ng tatlong oras.
c) Haluin hanggang makinis at pagkatapos ay pilitin.
d) Ihain ang sopas na mainit mula sa kalan.

28. <u>Instant Pot Quinoa Chili</u>

Gumagawa: 5

MGA INGREDIENTS:
- 1/2 tasa ng hilaw na quinoa
- 1 kutsarang sili na pulbos
- 1 katamtamang sibuyas, diced
- 1 chipotle pepper sa adobo sauce, pinong tinadtad
- 1 jalapeno, inalis ang mga buto, diced
- 14oz kidney beans, pinatuyo at binanlawan
- 3 cloves ng bawang, tinadtad
- 2 kutsarang tomato paste
- 2 kampanilya paminta, diced
- 28oz na kamatis, diced
- 1 kutsarita ng oregano
- 1/2 kutsarita ng paprika
- 1 kutsarita ng kumin
- 1 tasang sabaw ng gulay
- Asin at paminta para lumasa

MGA TAGUBILIN:
a) Simulan ang pagpapatong ng mga sangkap sa instant pot na may mga sibuyas, paminta, pampalasa ng bawang, at iba pang bahagi. Hindi na kailangang paghaluin ito.
b) I-seal ang takip sa instant pot at tiyaking naka-set ang valve sa "Seal".
c) Pindutin ang "Pressure Cook" at itakda ang timer nang hindi bababa sa 5 minuto. Kapag nag-set off ang timer, hayaang natural na lumabas ang pressure sa loob ng mga 10 minuto. Pagkatapos kung hindi pa bumababa ang float valve, maingat na iikot ang balbula sa mabilis na paglabas upang mailabas ang presyon mula sa instant pot.
d) Sa sandaling bumaba ang float valve, maaari mong maingat na alisin ang takip.
e) Timplahan ng asin, paminta, at ihain kaagad. Ibabaw ng sariwang cilantro, plant-based na sour cream, at berdeng sibuyas.

29. Chili ramen casserole

Gumagawa:4

MGA INGREDIENTS:
- 3 pakete ng ramen noodles
- 2 (15 onsa) na lata ng sili na may beans
- 1 (15 onsa) na lata na diced na kamatis
- 4-8 ounces ginutay-gutay na keso

MGA TAGUBILIN:
a) Ibuhos ang 6 C. ng tubig sa isang 3 quarts baking pan. Ilagay sa takip at ilagay ito sa microwave sa loob ng 3 hanggang 4 na minuto upang uminit.

b) Gumamit ng rolling pan para durugin ng bahagya ang ramen. Haluin ang noodles sa mainit na tubig ng sa kaserol.

c) Ilagay sa takip at hayaang maluto ito sa microwave sa loob ng 2 minuto. Haluin ang noodles at lutuin ito ng dagdag na 2 minuto.

d) Itapon ang labis na tubig mula sa kaserol na iniiwan ang mga pansit sa loob nito.

e) Ilagay ang mga kamatis na may sili at haluing mabuti.

f) Lutuin ang mga ito sa microwave sa mataas na temperatura para sa dagdag na 5 minuto. Itaas ang ramen casserole na may ginutay-gutay na keso.

g) Ilagay sa talukap ng mata at hayaan itong umupo ng ilang minuto hanggang matunaw ang keso.

h) Ihain ang iyong kaserol nang mainit.

i) Enjoy.

30.   Campfire Chili

MGA INGREDIENTS:

- 1 pound ground beef
- 1 malaking lata ng kidney beans
- 1 lata na diced na kamatis
- 1 lata na puro kamatis
- sibuyas at berdeng paminta kung ninanais
- 1 sobre na pinaghalo ng sili
- 1 box Jiffy corn muffin mix

MGA TAGUBILIN:

a) Kapag ang mga fire log ay kumikinang na pula, ayusin ang mga ito sa isang singsing sa paligid ng isang bakanteng espasyo na kasing laki ng iyong palayok.

b) Maglagay ng cast iron cooking pot sa espasyo at idagdag ang giniling na karne ng baka, sibuyas, at paminta. Lutuin at haluin hanggang magkulay brown ang giniling na karne ng baka.

c) Magdagdag ng mga kamatis, tomato puree, at timpla ng pampalasa. Ilagay ang takip sa kaldero at hayaang magpainit.

d) Habang nagpapainit, maghanda ng muffin mix ayon sa mga direksyon ng pakete.

e) Kapag mainit na ang sili, ikalat ang inihandang muffin mix sa ibabaw ng sili.

f) Ilagay muli ang takip sa palayok. Ilagay ang mga pulang uling sa ibabaw ng takip at lutuin hanggang sa maluto ang corn bread topping. Gaano ito katagal ay depende sa kung gaano kainit ang iyong mga uling. Maaaring ito ay kasing liit ng 15-20 minuto; o maaaring mas mahaba.

g) Alisin ang palayok sa apoy at ihain.

31. <u>Tinapay na Mais Sa Sili</u>

Gumagawa: 6–8 servings

MGA INGREDIENTS:
- 1 katamtamang sibuyas, tinadtad
- 1 kutsarang mantikilya o margarin
- 2 lata (15 ounces bawat isa) sili na may karne at beans
- 1 lata (11 ounces) Mexican-style na mais, pinatuyo
- 1 tasang gadgad na cheddar cheese
- 1 pakete ng corn bread mix (8x8-inch pan size)

MGA TAGUBILIN:
a) Painitin ang hurno sa 425 degrees.
b) Sa isang kawali, igisa ang sibuyas sa mantikilya hanggang sa lumambot ang sibuyas. Haluin ang sili at mais. Ikalat ang pinaghalong sili sa isang 9x13-inch na kawali na may mantika. Budburan ng keso sa ibabaw.
c) Sa isang mangkok, paghaluin ang corn bread mix ayon sa mga direksyon ng pakete. Ibuhos ang batter nang pantay-pantay sa pinaghalong sili.
d) Maghurno ng 25 minuto, o hanggang ang corn bread ay maging golden brown at ilagay sa gitna.

32.   Enchilada Casserole

Gumagawa: 6 na servings

MGA INGREDIENTS:
- 1 libra giniling na karne ng baka, kayumanggi at pinatuyo
- 1 lata (15 onsa) na sili, anumang uri
- 1 lata (8 ounces) tomato sauce
- 1 lata (10 onsa) enchilada sauce
- 1 bag (10 ounces) Fritos corn chips, hinati
- 1 tasa ng kulay-gatas
- 1 tasang gadgad na cheddar cheese

MGA TAGUBILIN:
a) Painitin ang hurno sa 350 degrees.

b) Sa isang malaking mangkok, pagsamahin ang nilutong baka, sili, tomato sauce, at enchilada sauce. Pukawin ang dalawang-katlo ng mga chips. Ikalat ang timpla sa isang greased 2-quart baking dish.

c) Maghurno, walang takip, 24–28 minuto, o hanggang sa uminit.

d) Ikalat ang kulay-gatas sa ibabaw. Budburan ng keso ang kulay-gatas. Durugin ang natitirang chips at iwiwisik sa ibabaw.

e) Maghurno ng 5–8 minuto pa, o hanggang matunaw ang keso.

33.   Sili ng baboy sa Crockpot

Gumagawa: 8

MGA INGREDIENTS
- 1 kutsarita ng asukal
- Kumin, 1 kutsarita
- 2 kutsarita ng oregano
- Asin, 1 kutsarita
- 3 libra na walang buto na baboy, cubed
- 3 kutsarita ng tomato paste
- 2 sibuyas, tinadtad
- Tinadtad na Bawang, 2 cloves
- 2 kutsarang langis ng salad
- Whipping cream, ½ tasa
- Tubig, 1 tasa

MAGLINGKOD
- Tortilla chips
- Abukado
- kulay-gatas

MGA TAGUBILIN:
a) Kayumangging baboy sa Crockpot na may mantika.
b) Idagdag ang sibuyas, bawang, chili powder, cumin, at oregano.
c) Idagdag ang baboy pabalik sa kawali kasama ang tubig, asukal, asin, at tomato paste.
d) Magdagdag ng cream at Lutuin sa mababang loob ng 1 oras.

34.   Chicken and beans Slimming Soup

Gumagawa: 8

MGA INGREDIENTS:

- 200 g ng dibdib ng manok
- asin
- 1 malaking tinadtad na sibuyas
- 1 kutsarita ng langis ng oliba
- 2 cloves ng bawang, tinadtad
- 2 tasang tinadtad na cherry tomatoes
- 2 tinadtad na karot
- 1 tinadtad na berdeng paminta
- 1 tinadtad na paminta
- 1 kutsarang sili na pulbos
- 1 ½ kutsarita ng kumin
- 1 kutsarita ng turmerik
- 1 kutsarita ng paprika
- ¼ kutsarita ng pinatuyong oregano
- 4 tasang low-sodium na sabaw ng manok
- 2 tasang mais
- 500 g ng hugasan at pinatuyo na black beans
- 1 tasang sariwang kulantro
- 1 tasa ng keso

MGA TAGUBILIN:

a) Lutuin ang dibdib ng manok sa isang kawali na puno ng tubig sa medium-high heat sa loob ng 10 hanggang 15 minuto; Hiwain ito.

b) Ibuhos ang langis ng oliba sa loob ng isang malaking kasirola at init sa katamtamang apoy.

c) Idagdag ang sibuyas at bawang sa loob ng mga 5 hanggang 8 minuto o hanggang sa maging translucent ang sibuyas.

d) Ilagay ang mga kamatis, carrots, peppers at whisk para maihalo nang mabuti sa blender o food processor.

e) Idagdag ang mga panimpla at isang kutsarita sa kawali ng hakbang 3. Idagdag ang ginutay-gutay na manok, ang timpla ng hakbang 4, ang mais, ang beans at 2/4 tasa ng cilantro. Kung nakita mong masyadong makapal ang sopas, maglagay ng tubig.

f) Lutuin ang kawali na bahagyang natatakpan sa loob ng 30 minuto hanggang isang oras, hanggang sa manatiling malambot ang mais.

g) Ihain ang sopas na pinalamutian ng keso at ang natitirang bahagi ng kulantro.

35.   <u>Posole ng baboy</u>

Gumagawa: 10

MGA INGREDIENTS:
- 3-pound lean boneless pork shoulder, pinutol at pinutol sa 1½-inch na piraso
- 1 kutsarang giniling na kumin
- 1 kutsarita kosher salt
- 15-onsa na lata ng puting hominy, pinatuyo at binanlawan
- 1 kutsarita ng itim na paminta
- 1 kutsarang canola oil
- 1½ tasang tinadtad na poblano chiles
- 1½ tasang tinadtad na dilaw na sibuyas
- 4 na tasang unsalted na stock ng manok
- Mga labanos na hiniwang manipis
- 15-ounce na lata ng pinto beans na walang idinagdag na asin, pinatuyo at binanlawan
- 1 tasa ng salsa Verde
- Manipis na hiniwang scallion
- Mga sariwang dahon ng oregano

MGA TAGUBILIN:

36. Iwiwisik ang baboy nang pantay-pantay sa kumin, asin, at itim na paminta. Init ang mantika sa isang kawali sa katamtamang init. Idagdag ang kalahati ng baboy sa kawali; lutuin, pagpapakilos paminsan-minsan, hanggang sa ginintuang kayumanggi, mga 4 na minuto. Ilipat sa isang Crockpot. Ulitin ang pamamaraan sa natitirang baboy.

37. Idagdag ang poblano chiles at sibuyas, at bahagyang caramelized, mga 5 minuto.

38. Magdagdag ng ½ tasa ng stock sa kawali, at pukawin upang lumuwag ang mga browned bits mula sa ilalim ng kawali; ilipat sa Crockpot.

39. Idagdag sa salsa Verde, hominy, pinto beans, at natitirang 3½ tasa ng stock.

40. Dahan-dahang lutuin hanggang malambot ang baboy, mga 7½ oras.

41. I-mash ang ilan sa mga beans at hominy gamit ang potato masher.

42. Ihain ang sopas na may hiniwang labanos, scallion, at dahon ng oregano.

36. Mozzarella Chili Casserole

Gumagawa: 4

MGA INGREDIENTS:
- 16 ounces na sobrang taba na giniling na karne ng baka
- 28 ounces spaghetti sauce
- 16 ounces rotini pasta
- 16 onsa na ginutay-gutay na mozzarella cheese

MGA TAGUBILIN:
a) Magluto ng pasta sa kumukulong tubig sa loob ng 10 minuto o hanggang ang noodles ay malambot ngunit matatag sa lasa.
b) Painitin ang oven sa 350 F
c) I-spray ang isang casserole dish na may cooking spray at itabi.
d) Magluto ng karne ng baka sa isang malaking kawali sa katamtamang apoy hanggang sa maging pantay-pantay at gumuho. Alisan ng tubig ang labis na mantika mula sa kawali.
e) Magdagdag ng spaghetti sauce at pasta sa karne ng baka sa kawali.
f) Sa inihandang casserole dish, ayusin ang isang layer ng karne na sinusundan ng isang layer ng keso at ulitin hanggang mawala ang mga sangkap.
g) Maghurno ng 25 minuto o hanggang sa matunaw at mabula ang keso.

37. Baboy at Sili ng Paminta

Gumagawa: 4

MGA INGREDIENTS:
- 1 pulang sibuyas, tinadtad
- 2 kilo ng baboy, giniling
- 4 na sibuyas ng bawang, tinadtad
- 2 pulang kampanilya paminta, tinadtad
- 1 tangkay ng kintsay, tinadtad
- 25 onsa na sariwang kamatis, binalatan, dinurog
- ¼ tasa ng berdeng sili, tinadtad
- 2 kutsarang sariwang oregano, tinadtad
- 2 kutsarang sili na pulbos
- Kurot ng asin at itim na paminta
- Isang ambon ng langis ng oliba

MGA TAGUBILIN:
a) Init ang isang kawali na may mantika sa katamtamang init at idagdag ang sibuyas, bawang at karne. Paghaluin at kayumanggi sa loob ng 5 minuto at pagkatapos ay ilipat sa iyong slow cooker.
b) Idagdag ang natitirang mga sangkap, ihagis, takpan at lutuin sa mababang loob ng 8 oras.
c) Hatiin ang lahat sa mga mangkok at ihain.

38. Crockpot Chicken Taco Soup

Gumagawa: 6

MGA INGREDIENTS:
- 2 frozen na suso ng manok na walang buto
- 2 lata ng white beans o black beans
- 1 lata ng diced na kamatis
- ½ pakete ng taco seasoning
- ½ kutsarita ng bawang na asin
- 1 tasa ng sabaw ng manok
- Asin at paminta para lumasa
- Tortilla chips, cheese sour cream at cilantro bilang mga toppings

MGA TAGUBILIN:
g) Ilagay ang iyong frozen na manok sa palayok at ilagay din ang iba pang sangkap sa pool.

h) Iwanan upang maluto para sa mga 6-8 na oras.

i) Pagkatapos lutuin, ilabas ang manok at gupitin ito sa laki na gusto mo.

j) Panghuli, ilagay ang ginutay-gutay na manok sa crockpot at ilagay ito sa isang slow cooker. Haluin at hayaang maluto.

k) Maaari kang magdagdag ng higit pang mga beans at kamatis upang makatulong sa pag-inat ng karne at gawin itong mas malasa.

39. Bean Chii na may Sea Moss

Gumagawa: 4

MGA INGREDIENTS:
- 1 sibuyas
- 3 Sibuyong Bawang
- 1 Latang Tinadtad na Kamatis
- 2 Kutsarang Tomato Puree
- 1 tasang Red Kidney Beans
- ½ tasang Butter Beans
- ½ tasang Pinto Beans
- 1 tasang Yellow / Green Pepper
- 2 ounces Sea Moss gel
- 1 Sariwang Sili
- 2 Kutsarang Liquid Aminos
- ½ Kutsarita ng Ground Cumin
- ½ Kutsarita ng Ground Coriander
- ½ Cube Yeast Free Veggie Stock
- Himalayan Salt at basag na black pepper

MGA TAGUBILIN:
a) Hugasan ang beans (at alisan ng tubig) at mga gulay na may sinala na tubig, pagkatapos ay tinadtad ang mga sibuyas at paminta.
b) Init ang 50ml ng alkaline na tubig sa isang kasirola, at idagdag ang sea moss gel, sibuyas, bawang, at paminta upang i-steam fry hanggang lumambot.
c) Idagdag ang beans, asin, at paminta. Magluto ng 5 minuto.
d) Magdagdag ng tinadtad na kamatis, katas, sili, kumin, kulantro, at Aminos at durugin sa stock cube.
e) Haluing mabuti at takpan ng takip, hayaang maluto sa mababang init sa loob ng 20 minuto.
f) Tikman-subukan ito, at magdagdag ng higit pang pampalasa ayon sa ninanais.
g) Ihain kasama ng brown rice.

40. <u>Chili Chicken sa Gatas ng niyog</u>

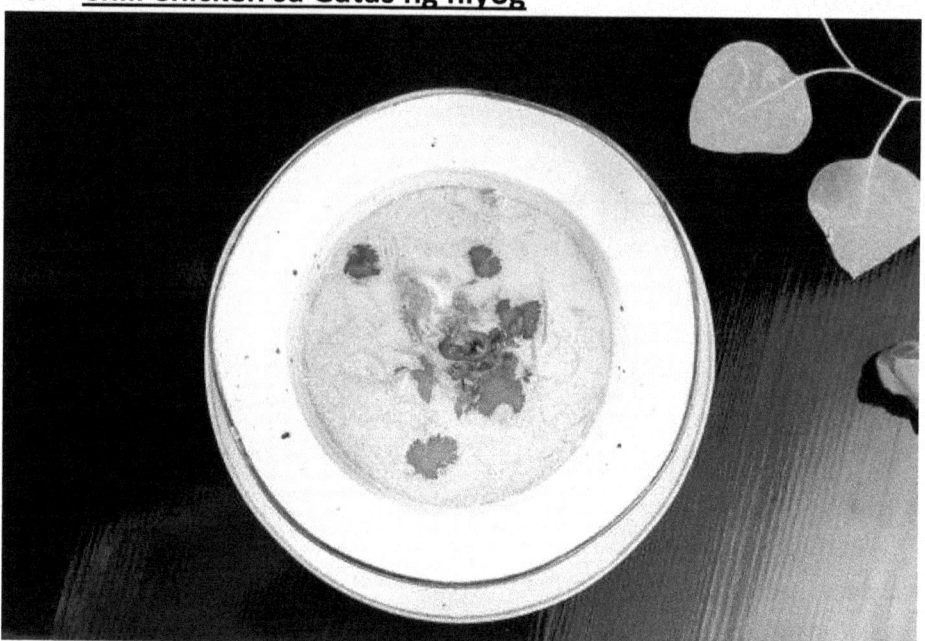

MGA INGREDIENTS:

- 1 pound na walang buto at walang balat na manok, nakakubo
- 1 kutsarang pulang chili sambal
- 3 kutsarang ghee
- ½ kutsaritang buto ng mustasa
- 8 sariwang dahon ng kari
- 2 kutsarita Ginger-Garlic Paste
- 2 maliit na kamatis, tinadtad
- ½ kutsaritang turmeric powder
- Table salt, sa panlasa
- Tubig, kung kinakailangan
- Gata ng niyog, para palamuti

MGA TAGUBILIN:

41. Sa isang mangkok, pagsamahin ang manok at ang sambal. Itabi ng 15 minuto.
42. Init ang ghee sa isang medium-sized na kawali. Idagdag ang buto ng mustasa; kapag nagsimula na silang mag-sputter, idagdag ang mga dahon ng kari, ginger paste, at mga kamatis.
43. Igisa ng humigit-kumulang 8 minuto at pagkatapos ay idagdag ang turmerik at asin at haluing mabuti. Magdagdag ng humigit-kumulang 1 tasa ng tubig at lutuin, walang takip, sa loob ng 10 minuto.
44. Idagdag ang manok (kasama ang lahat ng pulang sili sambal) at lutuin sa katamtamang init hanggang sa maluto ang manok, mga 5 minuto.
45. Palamutihan ng gata ng niyog at ihain nang mainit.

41. One-Pot Turkey Chili Mac

MGA INGREDIENTS:
- 1 kutsarang langis ng niyog
- 1 pound ground turkey
- ½ kutsaritang kosher salt
- ¼ tasa ng sibuyas, hiniwa
- 2 tangkay ng kintsay, diced
- ½ tasang kampanilya paminta, diced
- 4 na tasang Chicken Bone Broth (2 karton)
- 1 (16-oz) na garapon na katamtamang makapal at makapal na salsa
- 1 (15-16 oz) na maaaring pinababang-sodium red kidney beans, pinatuyo
- 1 (1.25-oz) na pakete ng chili seasoning mix
- 8 ounces elbow macaroni
- 2 ounces cheddar cheese, diced
- 1 (8-oz) lata na walang idinagdag na asin na tomato sauce
- Mga dahon ng perehil para sa dekorasyon

MGA TAGUBILIN:
d) Init ang mantika sa isang malaking kasirola sa medium-high. Ilagay ang ground turkey sa kawali at timplahan ng asin. Magluto ng 3-4 minuto, gamit ang iyong spatula upang durugin ang karne.
e) Haluin ang sibuyas, kintsay, at kampanilya, lutuin ng 2 minuto pa hanggang sa maluto ang pabo. Magdagdag ng sabaw, salsa, beans, at timpla ng pampalasa. Pakuluan.
f) Gumalaw sa pasta; magluto ng 8 minuto, paminsan-minsang pagpapapikilos. Samantala, gupitin ang keso sa maliliit na cubes. Haluin ang tomato sauce at lutuin ng 1 minuto pa. Ihain ang sili na may keso at perehil.

42. One-Pot Pasta at Fagioli

MGA INGREDIENTS:
- 1 kutsarang extra-virgin olive oil
- 1 pound lean ground beef
- Asin sa panlasa
- 1 kutsarita ng tuyo na oregano
- 1 katamtamang sibuyas, diced
- 1 tasa ng karot, diced
- 2 tangkay ng kintsay, hiniwa
- 1 malaking kamatis, diced
- 1 (15-ounce) lata na pulang kidney beans, hinuhugasan at pinatuyo
- 2 tasang Beef Bone Broth
- 2 tasang spaghetti sauce
- 8 ounces pasta shell
- 1-2 kutsarita ng mainit na sarsa, opsyonal
- ¼ tasa tinadtad na sariwang perehil
- Bagong giniling na itim na paminta
- ½ tasang ginutay-gutay o bagong gadgad na parmesan cheese

MGA TAGUBILIN:
- Sa isang malaking kaldero, init ng langis ng oliba sa katamtamang init. Magdagdag ng giniling na karne ng baka at hatiin ito sa isang spatula. Lutuin hanggang ang karne ng baka ay magsimulang maging kayumanggi. Samantala, timplahan ng asin at oregano.
- Magdagdag ng mga sibuyas, karot, kintsay, at kamatis sa palayok. Paghaluin nang mabuti at lutuin ng halos 10 minuto, paminsan-minsang pagpapakilos.
- Magdagdag ng beans, beef broth, spaghetti sauce, na sinusundan ng pasta shells; ibuhos ang mainit na sarsa sa palayok kung gagamit; haluin at haluing mabuti. Pakuluan at pagkatapos ay kumulo ng 15-20 minuto sa katamtamang apoy, o hanggang sa lumambot ang pasta.
- Magdagdag ng sariwang giniling na itim na paminta sa panlasa at pukawin ang perehil, pagkatapos ay itaas na may parmesan cheese. Ulam, palamutihan ng higit pang perehil o keso. Enjoy!

43. Szechuan Beef Noodle Broth Soup

MGA INGREDIENTS:

- 1 libra na nilagang karne ng baka
- ¼ tasa ng maanghang na chili bean sauce
- 4 ounces watercress
- 2 kutsarang brown sugar
- 12-15 shiitake mushroom
- 5 kutsarang langis ng oliba, hinati
- 4 na itlog, malambot na pinakuluang
- 3 star anis
- 8 ounces Chinese noodles, o ramen, o udon
- 2 kutsarita ng limang pampalasa na pulbos
- 1-pulgada na tipak ng luya, hiniwa
- 2 kutsarang toyo
- 4 na butil ng bawang, hiniwa at hiniwa
- 1 tangkay ng berdeng sibuyas, tinadtad para sa dekorasyon
- 5 tasang Beef Bone Broth
- Langis ng linga
- 1 kutsarang red wine
- Asin at paminta

MGA TAGUBILIN:

a) Ilagay ang nilagang karne ng baka sa isang medium na mangkok; magdagdag ng red wine at isang pakurot ng asin at paminta; haluin mabuti.

b) Sa isang malaking kasirola, painitin ang 2 kutsarang langis ng oliba sa katamtamang init; magdagdag ng tinimplahan na karne ng baka, haluin hanggang ang labas ng karne ng baka ay magsimulang maging kayumanggi (mga 5 minuto).

c) Magdagdag ng 5 tasang sabaw ng buto ng baka sa kasirola. Ilipat ang init sa mataas at pakuluan, pagkatapos ay kumulo.

d) Habang kumukulo ang karne, painitin ang 3 kutsarang langis ng oliba sa katamtamang init sa isang maliit na kawali (mga 2 minuto).

e) Magdagdag ng asukal at iprito hanggang sa ito ay magsimulang maging kayumanggi; ngayon magdagdag ng star anise, five-spice powder, luya at bawang; pukawin para sa mga 10 segundo;

mabilis na magdagdag ng chili bean sauce. Haluing mabuti at lutuin sa mababang init ng halos 1 minuto.

f) Ilipat ang pinaghalong chili bean sauce sa malaking kasirola; magdagdag ng toyo, pagkatapos ay kumulo ng 25 minuto.

g) Samantala, pakuluan ang mga itlog. (Pakuluan ang 4 na tasa ng tubig sa isang maliit na kasirola, dahan-dahang idagdag ang mga itlog at hayaang kumulo sila ng 4 ½ minuto para sa malambot na itlog o 5 minuto para sa mga hard-boiled na itlog. Alisan ng tubig at hayaang umupo ang mga itlog sa malamig na tubig sa loob ng 5 minuto bago pagbabalat.)

h) Pagkatapos ng 25 minuto ng simmering, magdagdag ng noodles at mushroom sa kasirola; pakuluan. Kapag kumukulo na ang beef noodle Broth Soup, ilagay ang watercress, pagkatapos ay patayin kaagad ang apoy. Haluin hanggang ang gulay ay magsimulang malanta.

i) Para ihain, hatiin ang pansit Broth Soup sa 4 na mangkok nang pantay-pantay; lagyan ng sesame oil. Maglagay ng isang malambot na itlog sa bawat mangkok; budburan ng tinadtad na berdeng sibuyas. Enjoy!

44. Caribbean chicken-vegetable Broth Soup

MGA INGREDIENTS:

- 1 tasang tinadtad na sibuyas
- ½ tasa tinadtad na kintsay
- ½ tasa Pula at berdeng kampanilya na paminta, diced
- ½ kutsarita ng pinatuyong thyme
- 1 tasang Tubig
- 2 dahon ng bay
- 1 kutsarita Chili powder
- ½ kutsarita ng Curry powder
- ¼ kutsarita ng giniling na allspice
- 4½ tasa Mababang sodium na sabaw ng manok, inalis ang taba
- ⅛ kutsarita Bagong giniling na itim na paminta
- 1¼ libra Walang balat na mga bahagi ng dibdib ng manok, nasa buto
- ¼ tasang puting bigas, tuyong sukat
- 14½ onsa Black beans, niluto, binanlawan, at pinatuyo

MGA TAGUBILIN:

a) Pagsamahin ang mantika, kintsay, pula o berdeng paminta, at mga sibuyas sa isang malaking palayok.

b) Lutuin ang mga gulay sa loob ng 5 minuto habang hinahalo nang madalas sa sobrang init.

c) Idagdag ang tubig, bay leaves, chili powder, curry powder, thyme, allspice, at black pepper habang hinahalo ang sabaw.

d) Pakuluin pagkatapos idagdag ang manok.

e) Pakuluan ng 25 minuto, o hanggang sa maluto nang husto ang manok. Haluin nang regular.

f) Kapag ang manok ay sapat na upang mahawakan, itabi ito.

g) Gupitin ang manok sa kasing laki ng mga piraso pagkatapos alisin ang mga buto.

h) Idagdag ang beans at kanin sa kaldero.

i) Magluto ng 15 minuto, o hanggang lumambot lang ang kanin.

j) Ibalik ang manok sa kaldero, pagkatapos ay kumulo ng 5 minuto.

k) Itapon ang dahon ng bay.

l) Ihain na nilagyan ng nonfat yogurt at tinadtad na pulang paminta.

45. <u>Ham at Bean Broth Soup</u>

MGA INGREDIENTS:
- 1 tasang Dried Black Soybeans, ibinabad sa magdamag at pinatuyo
- 1 tasang sibuyas, diced
- 1 tasang Celery Stalks, diced
- 4 cloves Bawang, tinadtad
- 1 kutsarita ng Dried Oregano
- 1 kutsarita ng Asin
- 1 kutsarita ng Cajun Seasoning
- 1 kutsarita Liquid Smoke
- 2 kutsarita na All Purpose Seasoning
- 1 kutsarita Louisiana Hot Sauce
- 2 Ham Hocks
- 2 tasang Ham, diced
- 2 tasang Tubig

MGA TAGUBILIN:
a) Ilagay ang lahat ng sangkap sa Instant Pot at haluin upang pagsamahin.
b) Ilagay at i-lock ang takip, at manu-manong itakda ang oras ng pagluluto sa 30 minuto sa mataas na presyon.
c) Kapag tapos na, hayaang natural na lumabas ang presyon sa loob ng 10 minuto at pagkatapos ay mabilis na bitawan ito.
d) Alisin ang karne mula sa buto at gupitin ang lahat ng karne, itapon ang mga buto.
e) Haluin upang pagsamahin, at ihain nang mainit.

46. Bean at Broccoli Chilli

Gumagawa: 2

MGA SANGKAP:
- 1 bungkos ng spinach
- Himalayan Salt at sariwang giniling na itim na paminta
- 2 kutsarang tomato puree
- 1 sibuyas, tinadtad
- 1 sibuyas ng bawang, durog
- 1 pulang sili, hiniwa ng manipis
- ½ kutsarita ng giniling na kumin
- ½ kutsarita ng ground coriander
- 1 ulo ng broccoli, tinadtad ng maliit
- 1 lata ng tinadtad na kamatis
- Mga wedges ng kalamansi, upang ihain
- ½ yeast-free veg stock cube
- Dash Liquid Aminos
- 200g lata red kidney beans, pinatuyo

MGA TAGUBILIN:
a) Mag-init ng stock at pasingawan ang sibuyas at bawang.
b) Idagdag ang stock cube, kamatis, tomato purée, sili, kumin, kulantro, Aminos sauce, asin, at paminta.
c) Kumulo ng halos 20 minuto.
d) Pagsamahin ang kidney beans at sariwang kulantro sa isang mixing bowl at lutuin ng isa pang 9 minuto.
e) Itaas ang hilaw na broccoli at spinach.

47. Chilighetti

Gumagawa: 6–8 servings

MGA INGREDIENTS:
- 1 libra giniling na karne ng baka, kayumanggi at pinatuyo
- 1 pakete (8 onsa) na spaghetti, niluto at pinatuyo
- ½ tasang tinadtad na sibuyas
- 1 tasa ng kulay-gatas
- 2 lata (8 ounces bawat isa) tomato sauce
- 4-onsa na hiniwang mushroom
- 2 lata (16 ounces bawat isa) sili, anumang uri
- 1 sibuyas na bawang, tinadtad
- 2 tasang gadgad na cheddar cheese

MGA TAGUBILIN:
a) Painitin ang hurno sa 350 degrees.

b) Sa isang malaking mangkok, pagsamahin ang lahat ng sangkap maliban sa keso.

c) Ilipat ang timpla sa isang 9x13-inch na kawali na may mantika. Itaas na may keso.

d) Maghurno ng 20 minuto.

48. Mango at Bean Breakfast Burrito Bowl

Servings:4

MGA INGREDIENTS
- 1 batch ng green rice
- 1 (15 ounces) na lata ng black beans, hinuhugasan at pinatuyo
- 2 medium hanggang malalaking hinog na mangga, diced
- 1 abukado, diced o hiniwa
- 1 pulang kampanilya paminta, diced
- 1 tasang mais, inihaw, hilaw o ginisa
- ½ tasang diced cilantro
- ¼ tasa diced pulang sibuyas
- 1 jalapeño, hiniwa
- Mga opsyonal na dressing:
- Jalapeño cilantro mango
- Cilantro lime
- Jalapeño cashew sauce

MGA DIREKSYON
a) Una lutuin ang iyong kanin ayon sa mga direksyon sa recipe. Habang nagluluto ang iyong kanin, maaari mong i-chop ang lahat ng iyong mga gulay at prutas para sa mga mangkok.

b) Kapag tapos ka na, hatiin ang bigas sa pagitan ng apat na mangkok, pagkatapos ay hatiin ang mga black beans, mangga, abukado, pulang kampanilya, mais, cilantro, pulang sibuyas, at jalapeño na hiwa nang pantay-pantay sa pagitan ng mga mangkok.

c) Ihain kasama ng lime wedges.

49. Long-grain na Bigas at pinto bean

Servings:4

MGA INGREDIENTS
- 50ml/2fl oz langis ng gulay
- 1 sibuyas, pinong tinadtad
- 300ml/10½ oz. mahabang butil na bigas
- 400ml/14½ oz. tubig
- 400ml/14½ oz. gata ng niyog
- 400g/14¼oz tin pinto beans, binanlawan at pinatuyo
- 3 kutsarang sariwang thyme
- asin at sariwang giniling na itim na paminta
- sariwang kulantro, para palamuti

MGA DIREKSYON
a) Init ang mantika sa isang kawali at iprito ang sibuyas hanggang sa translucent.
b) Ilagay ang kanin, haluing mabuti at ilagay ang tubig at gata ng niyog. Pakuluan.
c) Idagdag ang pinto beans at thyme, kumulo, at takpan, para sa mga 20 minuto hanggang maluto ang bigas. Timplahan ng asin at sariwang giniling na itim na paminta.
d) Ihain na pinalamutian ng kulantro.

50.Lime chicken with egg-fried long-grain rice

Servings: 2

MGA INGREDIENTS
Para sa Manok
2 walang balat na dibdib ng manok
2 kutsarang sesame oil
2 kutsarita ng langis ng gulay
2 kutsarang toyo
2 sibuyas ng bawang, pinong tinadtad
½ lemon, grated zest, at juice
asin at sariwang giniling na itim na paminta
1 kutsarang malinaw na pulot
Para sa Bigas
2 kutsarang langis ng groundnut
2-3 kutsarita ng sesame oil
2 free-range na itlog, bahagyang pinalo
tilamsik ng toyo
2 spring onions, pinong tinadtad
50g/2oz pinto beans, niluto
150g/5oz long-grain rice, niluto
asin at sariwang giniling na itim na paminta
3-4 na kutsarang tinadtad na kulantro
lime wedges, upang ihain
Mga direksyon
Upang paru-paro, ang mga dibdib ng manok ay inilalagay ang mga
ito sa isang tabla at gumamit ng isang matalim na kutsilyo upang
gumawa ng isang hiwa na kahanay sa chopping board tatlong-
kapat ng daan sa bawat dibdib.
Buksan ang bawat dibdib ng manok upang magkaroon ka ng
dalawang malalaki at mas manipis na dibdib ng manok.
Ilagay ang mga ito sa isang mangkok na may isang kutsara ng
sesame oil, langis ng gulay, toyo, bawang, lemon zest, at juice.
Timplahan ng asin at bagong giniling na itim na paminta at ihalo
upang pagsamahin. Sa isang hiwalay na mangkok, ihalo ang pulot
sa natitirang sesame oil.
Mag-init ng kawali sa katamtamang init hanggang sa umusok
pagkatapos ay ilagay ang manok sa kawaling-dagat at lutuin ng 2-3
minuto sa bawat panig, i-brush ito ng isa o dalawang beses gamit
ang pinaghalong pulot at linga.

Kapag ito ay tapos na ang manok ay dapat na char-grill sa labas at ganap na luto. Iwanan upang magpahinga ng 2-3 minuto.

Samantala, para sa kanin, painitin ang isang kawali sa sobrang init pagkatapos ay idagdag ang groundnut at isang kutsarita ng sesame oil. Kapag ang mantika ay nagsimulang kumurap idagdag ang mga itlog at lutuin, haluin sa lahat ng oras, sa loob ng 1-2 minuto o hanggang sa sila ay scrambled.

Itulak ang mga itlog sa gilid ng kawali at magdagdag ng kaunti pang sesame oil, ang toyo, spring onions, at pinto beans at lutuin ng isang minuto pagkatapos ay idagdag ang kanin at timplahan ng asin at bagong itim na paminta.

Lutuin, patuloy na pagpapakilos, sa loob ng 3-4 minuto, o hanggang sa uminit. Haluin ang kulantro.

Upang ihain, sandok ang kanin sa mga plato. Gupitin ang manok sa dayagonal sa manipis na mga piraso at ilagay ito sa ibabaw ng bigas. Itaas na may kalso ng dayap.

51. Long-grain Rice Hoppin' John

Servings: 4

MGA INGREDIENTS
2 kutsarang langis ng gulay
300g/10½oz na niluto at ginutay-gutay na bacon
1 berdeng paminta, pinong tinadtad
1 pulang paminta, pinong tinadtad
1 pulang sibuyas, pinong tinadtad
3 hiwa ng kintsay, pinong tinadtad
4 na sibuyas ng bawang, durog
1 kutsarita ng pinatuyong chili flakes
2 dahon ng bay
1 litro/1¾ pint ng stock ng manok o gulay
400g/14oz tin pinto beans, pinatuyo at binanlawan
225g/8oz long-grain rice
2 kutsarang Creole o all-purpose seasoning
asin at sariwang giniling na itim na paminta
Upang maglingkod
isang dakot ng flat-leaf na dahon ng perehil, pinong tinadtad
bungkos ng mga sibuyas na sibuyas, makinis na tinadtad

Mga direksyon
Init ang mantika sa isang malaking kawali sa katamtamang init.
Magdagdag ng bacon sa kawali at iprito hanggang malutong. Alisin
gamit ang slotted na kutsara at alisan ng tubig sa kitchen paper.
Idagdag ang sibuyas, paminta, kintsay, bawang, chili flakes, bay
leaves, Creole seasoning, asin, at paminta sa kawali at igisa sa
mahina hanggang katamtamang init hanggang lumambot.
Ibuhos ang stock at pakuluan.
Idagdag ang bigas, beans, at bacon, at haluing mabuti. Takpan at
kumulo ng 20 minuto, o hanggang sa lumambot ang bigas at
nasipsip na ang karamihan sa likido.
Hatiin sa pagitan ng paghahatid ng mga mangkok, budburan ng
perehil at spring onion at ihain.

52. Mexican-Inspired Pinto Beans and Rice

Servings: 8

MGA INGREDIENTS
1 kutsarang Chicken Bouillon (Reduced Sodium)
3 kutsarang tomato paste
1 kutsarita na giniling na buto ng kulantro
1 kutsarita ng asin
½ kutsarita ng pulbos ng bawang
¼ kutsarita ng paminta
3½ tasa ng tubig
2 tasang mahabang butil na puting bigas, hinuhugasan gamit ang isang mesh strainer
1 pulang kampanilya paminta, stemmed, seeded, at diced
¼ tasa ng pinong tinadtad na pulang sibuyas
1 jalapeño, stemmed, seeded, at pinong diced
2 kutsarang pinong tinadtad na cilantro
1 lata (15-onsa) pinto beans, pinatuyo at binanlawan
Mga direksyon
Sa isang palayok, idagdag ang Chicken Base, tomato paste, kulantro, asin, pulbos ng bawang, at paminta; palis upang pagsamahin.
Dahan-dahang haluin sa tubig, magdagdag ng kanin at haluin upang pagsamahin. Maglagay ng kaldero sa medium-high heat at pakuluan, paminsan-minsang pagpapakilos.
Bawasan ang init sa medium-low, takpan. Magpatuloy sa pagluluto hanggang sa masipsip ang likido, paminsan-minsang pagpapakilos, mga 12-15 minuto. Alisin mula sa init at hayaang tumayo na natatakpan ng ilang minuto.
Maglagay ng bigas sa isang malaking mangkok at magdagdag ng kampanilya, sibuyas, jalapeño, at cilantro; haluin upang pagsamahin.
Dahan-dahang ihalo ang beans at ihain.

53.Pinto Beans at Rice na may Cilantro

Paghahain 6
MGA INGREDIENTS
Para sa Bigas:
1 tasang mahabang butil na puting bigas
1 kutsarang langis ng oliba
8 oz lata ng tomato sauce
1 pulang kampanilya na paminta na may ubod, pinagbinhan, at
pinaghiwa-hiwalay
1 1/2 tasa stock ng manok o sabaw ng gulay
3/4 kutsarita kosher salt
1 kutsarita ng bawang pulbos
1/4 kutsarita ng sili na pulbos
1/4 kutsarita ng kumin
1/2 tasa diced na kamatis
2 kutsarang tinadtad na cilantro para sa dekorasyon na opsyonal
Para sa Beans:
Ang 15 onsa na lata ng pinto beans ay pinatuyo at binanlawan
1/2 cup stock ng manok o sabaw ng gulay
1 kutsarang tomato paste
3/4 kutsarita ng asin
3/4 kutsarita ng sili na pulbos
1/2 cup pico de gallo para sa garnish optional
Mga direksyon

Para sa Bigas:

Init ang langis ng oliba sa isang 2-quart na palayok sa katamtamang init. Idagdag ang bigas at haluin hanggang mabalot ng mantika ang bigas. Lutuin ng halos 5 minuto o hanggang sa ang kanin ay maluto at bahagyang browned.

Idagdag ang lahat ng natitirang sangkap.

Ibalik ang palayok sa burner, at pakuluan ang mga nilalaman.

Takpan ang palayok at ibaba ang apoy; magluto ng 17 minuto.

Alisin ang palayok sa apoy at hayaang tumayo ito, natatakpan ng 5 minuto. Alisin at itapon ang bell peppers. Haluin mabuti.

Palamutihan ng mga kamatis at berdeng sibuyas kung ninanais.

Para sa Beans:

Ilagay ang lahat ng mga sangkap sa isang kawali sa medium-high heat, at dalhin sa isang kumulo. Magluto ng 7-10 minuto hanggang lumapot ang sauce. Tikman at magdagdag ng higit pang asin o chili powder kung kinakailangan. Maaari ka ring magdagdag ng kaunti pang stock ng manok kung ang sarsa ay masyadong makapal ayon sa gusto mo. Palamutihan ng pico de gallo kung gusto.

54.Spanish Pinto Beans at Rice

Servings 2

MGA INGREDIENTS
PARA SA BIGAS
2 tasa sabaw ng gulay 475 ml
1 tasang long-grain rice 190 gramo
1/4 kutsarita na sinulid ng safron .17 gramo
pakurot ng asin sa dagat
itim na paminta
PARA SA BEANS
2 kutsarang extra virgin olive oil 30 ml
1 maliit na sibuyas
4 na butil ng bawang
1 karot
1 berdeng paminta
1 kutsarita matamis na pinausukang Spanish paprika 2.30 gramo
1/2 kutsarita ng ground cumin 1.25 gramo
2 1/2 tasa ng de-latang pinto beans 400 gramo
1 tasa ng sabaw ng gulay 240 ML
pakurot ng asin sa dagat
itim na paminta
isang dakot ng pinong tinadtad na sariwang perehil
Mga direksyon
Magdagdag ng 2 tasang sabaw ng gulay sa isang kasirola, kurutin ang 1/4 kutsarita ng mga sinulid ng saffron, at timplahan ng sea salt at bagong bitak na itim na paminta, painitin nang malakas.
Samantala, magdagdag ng 1 tasa ng long-grain rice sa isang salaan at banlawan sa ilalim ng malamig na tubig na umaagos, hanggang ang tubig ay malinaw sa ilalim ng salaan
Kapag kumulo na ang sabaw, ilagay ang kanin sa kawali, haluin ito at ilagay ang takip sa kawali, ibaba sa mababang init, at kumulo hanggang maluto ang kanin.
Samantala, painitin ang isang malaking kawali na may katamtamang init at magdagdag ng 2 kutsarang extra virgin olive oil, pagkatapos ng 2 minuto magdagdag ng 1 maliit na sibuyas na pinong diced, 1 green bell pepper na pinong tinadtad, 1 carrot (pinutol) na pinong tinadtad, at 4 cloves na bawang halos. tinadtad, patuloy na ihalo ang gulay sa langis ng oliba
Pagkatapos ng 4 na minuto at bahagyang ginisa ang mga gulay, magdagdag ng 1 kutsarita ng matamis na pinausukang Spanish

paprika at 1/2 kutsarita ng ground cumin, mabilis na ihalo, pagkatapos ay idagdag ang 2 1/2 tasa ng de-latang pinto beans (pinatuyo at binanlawan) at timplahan ng sea salt at itim na paminta, dahan-dahang halo-halong mabuti, pagkatapos ay idagdag sa 1 tasa ng sabaw ng gulay at kumulo sa katamtamang init.

Kapag naluto na ang kanin (15 minuto sa aking kaso), alisin ang kanin mula sa apoy, hayaan itong umupo ng 3 hanggang 4 na minuto habang nakabukas ang takip, pagkatapos ay tanggalin ang takip at hilumin ang kanin gamit ang isang tinidor, ilipat ang kanin sa paghahatid ng mga pinggan

Kunin ang simmering beans (dapat may natitira pang kaunting sabaw) at idagdag ang mga ito sa serving dish sa tabi ng kanin, budburan ng sariwang tinadtad na perehil, at magsaya!

55.One-Pot Rice at Beans

Servings: 4 servings

MGA INGREDIENTS
2 kutsarang langis ng oliba
1 dilaw na sibuyas, tinadtad (mga 1 ¼ tasa)
1 ¾ tasa ng manok o gulay na stock o tubig
1 kutsarita ng asin
1 tasang long-grain rice
1 (15.5-onsa) lata ng itim o pinto beans
Lime wedges o dahon ng cilantro, para sa dekorasyon (opsyonal)
MGA DIREKSYON
Sa isang malaking kasirola o Dutch oven na may mahigpit na takip, painitin ang langis ng oliba sa katamtamang init. Magdagdag ng sibuyas at igisa hanggang translucent, mga 3 minuto. Idagdag ang stock, takpan, at pakuluan.

Idagdag ang asin, kanin, at beans (kabilang ang likido). Haluin para lang pagsamahin, pagkatapos ay takpan.

Bawasan ang apoy nang kasingbaba nito, pagkatapos ay hayaang kumulo, nang hindi nagagambala, sa loob ng 18 hanggang 20 minuto. Alisin mula sa init at hayaang umupo ng 4 na minuto, pagkatapos ay pahimulmulin gamit ang isang tinidor.

Timplahan ng asin at paminta ayon sa panlasa, pagkatapos ay palamutihan ng kalamansi o cilantro ayon sa gusto mo.

56. Southern Pinto Beans and Rice

Servings: 6 na tasa

MGA INGREDIENTS
- 1 lb. pinatuyong pinto beans
- 8 tasang tubig o sabaw
- 2 kutsarang asin, para sa magdamag na pagbabad; asin
- 2 kutsarang sibuyas na pulbos o 1 tasang sariwa, diced na sibuyas
- 2 kutsarang pulbos ng bawang
- 2 tasang bigas, kayumanggi o puting bigas, niluto
- 1 pinausukang ham hock
- Asin at paminta para lumasa

Mga direksyon

a) Maglagay ng beans sa isang malaking Dutch oven na may sibuyas at bawang na pulbos, likido, at protina (opsyonal).

b) Magluto sa mahinang apoy, walang takip, sa loob ng 3-4 na oras o hanggang malambot; suriin ang antas ng likido nang madalas; magdagdag ng higit pa kung kinakailangan; kapag malambot, tikman para sa mga seasonings at ayusin nang naaayon

c) 1 lb. pinatuyong pinto beans,8 tasa ng tubig o sabaw,2 kutsarang sibuyas na pulbos,2 kutsarang bawang na pulbos,1 pinausukang ham hock

57. Pinto Beans at Rice at Sausage

Servings: 6 servings

MGA INGREDIENTS

- 1 libra pinatuyong pinto beans
- 6 tasang tubig
- 1 ham hock, o isang karne na natirang buto ng ham
- 1 katamtamang sibuyas, tinadtad
- 3 cloves ng bawang, tinadtad
- 1 1/2 kutsarita ng asin
- 1 pound andouille smoked sausage, o katulad na smoked sausage, hiniwa
- 1 (14 1/2-onsa) lata ng kamatis, diced
- 1 (4-onsa) lata ng malumanay na berdeng sili, o pinaghalong banayad at jalapeño, diced
- 1/2 kutsarita red pepper flakes, durog, opsyonal
- 4 na tasang nilutong puting bigas, long-grain, o quick grits, mainit na pinakuluang

MGA DIREKSYON

a) Sa gabi bago ilagay ang pinto beans sa isang malaking mangkok o palayok at takpan ng tubig sa lalim na mga 3 pulgada sa itaas ng mga beans. Hayaang tumayo sila ng 8 oras o magdamag. Patuyuin ng mabuti.

b) Pagsamahin ang babad at pinatuyo na beans na may tubig, ham hock, sibuyas, at bawang sa isang malaking kasirola o Dutch oven sa mataas na init; pakuluan. Takpan at bawasan ang init sa daluyan; lutuin ang beans sa loob ng 45 minuto, o hanggang malambot ang beans.*

c) Idagdag ang asin, hiniwang sausage, mga kamatis, banayad na chile peppers, at durog na red pepper flakes, kung ninanais. Takpan, bawasan ang init sa mababang, at kumulo para sa 1 oras, pagpapakilos paminsan-minsan.

d) Alisin ang ham hock at alisin ang karne mula sa buto. Hiwain ang ham gamit ang isang tinidor o tagain. Ibalik ang hamon sa pinaghalong bean.

e) Ihain ang pinto beans sa mainit na lutong kanin.

58. Gallopinto

Servings: 8 servings

MGA INGREDIENTS
PARA SA BEANS
- 1 (16-ounce) bag na pinatuyong Pinto beans
- asin
- 7 sibuyas ng bawang, binalatan

PARA SA BIGAS
- 1/4 tasa ng langis ng gulay, hinati
- 1 katamtamang dilaw na sibuyas, pinong tinadtad (mga 1 tasa), hinati
- 1 1/2 tasa ng mahabang butil na puting bigas
- 3 tasang tubig o low-sodium na sabaw ng manok
- 1/2 green bell pepper, may ubod at may binhi

MGA DIREKSYON
PARA SA BEANS:
a) Ikalat ang beans sa isang rimmed baking sheet. Pumili ng anumang mga labi at sirang beans. Ilipat ang beans sa isang colander at banlawan sa ilalim ng malamig na tubig na tumatakbo. Ilagay ang mga binanlawan na beans sa isang malaking palayok at takpan ng malamig na tubig; hayaang magbabad ng 30 minuto.

b) Pakuluan sa mataas na apoy. Bawasan ang init sa katamtaman at kumulo ang beans sa loob ng 30 minuto. Patayin ang apoy, takpan ang beans, at hayaang magpahinga ng 1 oras. Ibalik ang beans upang kumulo sa mataas na apoy. Magdagdag ng 2 kutsarita ng asin at bawang, bawasan ang init sa katamtaman, at kumulo hanggang malambot ang beans 30 hanggang 60 minuto.

PARA SA BIGAS:
c) Mag-init ng 2 kutsarang mantika sa isang malaking kasirola sa katamtamang init hanggang sa kumikinang. Magdagdag ng 2/3 ng sibuyas at lutuin, pagpapakilos, hanggang sa lumambot at translucent, mga 5 minuto.

d) Magdagdag ng kanin at lutuin, pagpapakilos, hanggang ang mga butil ay makintab at pantay na nababalutan ng mantika, 2 hanggang 3 minuto. Magdagdag ng tubig o sabaw at 1 1/2 kutsarita ng asin, dagdagan ang init hanggang sa mataas, at pakuluan. Ilagay ang bell pepper sa ibabaw ng bigas.

e) Pakuluan ang kanin nang hindi hinahalo hanggang sa sumingaw na ang karamihan sa likido at makikita mo ang maliliit na bula na pumuputok sa ibabaw ng bigas. Agad na bawasan ang init sa pinakamababang setting, takpan, at lutuin (huwag pukawin, huwag tanggalin ang takip) sa loob ng 15 minuto. Alisin at itapon ang bell pepper. Hugasan ang bigas gamit ang chopstick o tinidor, pagkatapos ay palamig at palamigin ng 1 araw.

PARA SA GALLOPINTO:

f) Init ang natitirang 2 kutsara ng mantika sa isang malaking kasirola sa katamtamang init hanggang sa kumikinang. Magdagdag ng natitirang sibuyas at lutuin, pagpapakilos, hanggang sa lumambot at translucent, mga 5 minuto.

g) Magdagdag ng bigas at 2 tasang beans sa kawali at lutuin, haluin, hanggang sa pantay na mabalot ang bigas. Magpatuloy sa pagluluto, pagpapakilos, upang payagan ang mga lasa na maghalo at ang timpla ay maging bahagyang malutong, mga 10 minuto. Takpan at lutuin sa mahinang apoy para sa karagdagang 10 minuto.

59. Bean sauce at kamatis sa ibabaw ng kanin

Servings: 6 servings

MGA INGREDIENTS
1 tasang pinto beans, ibinabad
2 Serrano chili, seeded at tinadtad
½ kutsarang Luya, gadgad
1 bawat dahon ng Bay
¼ kutsarita ng Turmerik
4 tasang Tubig
1⅓ tasa ng Stock
¼ tasa ng Cilantro
Asin at paminta
2 kutsarang Pecan, tinadtad at inihaw
2 kutsarang langis ng oliba
4 na kamatis, hiniwa
1 kutsarita Chili powder
1 kutsarang sariwang marjoram
1 kutsarita ng Maple syrup
5 tasang Tubig
1½ tasang Long-grain na Bigas
2 karot, ginutay-gutay
1 bawat 3" cinnamon stick
½ kutsarang langis ng oliba

Mga direksyon

Magluto ng beans sa loob ng 1½ hanggang 2 oras, hanggang malambot ang beans. Itapon ang bay leaf at

SAUCE:

Pagsamahin ang mga drained beans, sili, luya, bay leaf, turmeric at tubig sa isang malaking palayok.

Pakuluan, bawasan ang init, takpan at lutuin.

Ilagay ang beans, stock at cilantro sa food processor at pulso sa isang chunky sauce. Timplahan, magdagdag ng pecans at painitin nang bahagya.

MGA KAmatis:

Pagsamahin ang mga kamatis, chili powder, marjoram, at syrup sa isang sauté pan. Timplahan ng asin at paminta at iprito sa katamtamang init hanggang sa magsimulang mag-caramelize ang kamatis, mga 10 minuto. Panatilihing mainit sa mababang init.

BIGAS:

Pakuluan ang tubig, at haluin ang kanin, karot at kanela. Lutuin hanggang lumambot ang kanin, 10 hanggang 12 minuto kung gumagamit ng puting bigas. Alisan ng tubig at itapon ang cinnamon at banlawan sandali sa ilalim ng tubig na umaagos. Ibalik sa kawali at ihalo sa mantika.

Para ihain, magsandok ng kanin sa mainit na mga plato, ibabawan ng bean sauce at lagyan ng mga kamatis.

60. Cajun pinto beans

Servings: 8

MGA INGREDIENTS
1 bawat Maliit na bag ng pinto beans, hinugasan at pinulot
¼ tasa ng harina
¼ tasa ng Bacon grease
1 malaking sibuyas, tinadtad
6 cloves Bawang, tinadtad
½ tasa ng kintsay, tinadtad
1 bawat dahon ng Bay
¼ tasa ng sili na pulbos
2 kutsarang giniling na kumin
1 lata ng kamatis na may sili
Asin sa panlasa
2 pounds Ham hock o asin na baboy OPTIONAL
Tinadtad na cilantro
2 tasang Long-grain rice, niluto

Mga direksyon
Pumili ng pinto beans at hugasan. Ibabad ang 1 maliit na bag ng
pinto beans magdamag sa malamig na tubig at 1 kutsarang baking
soda. Banlawan ang beans at lutuin ng 1 oras. Palitan ang tubig at
magdagdag muli ng 1 kutsara ng baking soda. Magluto ng isa o
dalawa pang oras at palitan ang tubig sa huling pagkakataon,
magdagdag ng baking soda, at lutuin hanggang maluto.
Magprito ng ¼ tasa ng harina at ¼ tasa ng bacon grease sa dark
roux (kulay ng kakaw). Idagdag at haluin ang sumusunod
hanggang malanta: 1 malaking tinadtad na sibuyas, 5 o 6 na clove
na tinadtad na bawang, ½ tasang tinadtad na kintsay, 1 bay leaf, at
cilantro.
Magdagdag ng chili powder, cumin, at mga kamatis na may sili at
asin ayon sa panlasa.
Maaaring lutuin ng ham hock o asin na baboy.
Ang paggamit ng roux na ito ay nagdaragdag ng isang tunay na
mahusay na lasa sa pinto beans.
Ihain kasama ng long-grain rice.

61.Bigas at beans na may keso

Servings:5

MGA INGREDIENTS
- 1⅓ tasa ng Tubig
- 1 tasang Hinimay na Karot
- 1 kutsarita instant chicken bouillon
- ¼ kutsarita ng Asin
- 15 ounces Can Pinto Beans, pinatuyo
- 8 ounces Plain lo-fat Yogurt
- ½ tasang ginutay-gutay na low-fat Cheddar cheese
- ⅔ tasa ng Long-grain na Bigas
- ½ tasa ng hiniwang berdeng sibuyas
- ½ kutsarita ng Ground Coriander
- 1 kutsarita Hot pepper Sauce
- 1 tasa Low-fat Cottage Cheese
- 1 kutsara Pinutol na sariwang perehil

MGA DIREKSYON
a) Sa isang malaking kasirola pagsamahin ang tubig, kanin, karot, berdeng sibuyas, bouillon granules, kulantro, asin, at de-boteng mainit na sarsa ng paminta.
b) Dalhin sa kumukulo; bawasan ang init. Takpan at kumulo ng 15 minuto o hanggang lumambot ang bigas at masipsip ang tubig.
c) Haluin ang pinto o navy beans, cottage cheese, yogurt, at perehil.
d) Ilagay sa isang 10x6x2" na baking dish.
e) Maghurno, sakop, sa isang 350 deg F. oven sa loob ng 20-25 minuto o hanggang uminit. Budburan ng cheddar cheese. Maghurno, walang takip, ng 3-5 minuto pa o hanggang matunaw ang keso.

62. Pinto Beans at Saffron Rice

Servings: 4
MGA INGREDIENTS
Beans
3 tasang pinatuyong pinto beans
1/2 stick mantikilya
1/3 tasang mantika
1/2 tasa ng sofrito
1 malaking sibuyas na hiniwa
3 quarts ng tubig
kanin
1-1/2 cup long-grain rice
3 tasang sabaw ng manok
1/2 kutsarita na sinulid ng safron
1-1/2 kutsarita kosher salt
1/2 tasa ng tubig
1 kutsarang mantikilya
Suka Hot pepper sauce

Mga direksyon
Hugasan ang sitaw at alisin ang lahat ng mga dayuhang bagay tulad ng mga bato at masamang sitaw.
Dice ang mga sibuyas.
Idagdag ang sibuyas, beans, sofrito, tubig, at mantikilya.
Hayaang magpainit ng 4 na minuto at ilagay ang mantika.
Takpan at pakuluan ng 15 minuto haluin, takpan muli, at bawasan ang init ng kalahati. Lutuin hanggang malambot ang beans at lagyan ng asin.
Matunaw ang mantikilya at idagdag ang bigas. Haluing mabuti at idagdag ang safron, sabaw, at tubig.
Pakuluan ang kanin na hinahalo paminsan-minsan pagkatapos kapag ang likido ay nasisipsip takpan at alisin sa init huwag istorbohin sa loob ng 20 minuto.
Ihain kasama ang beans sa ibabaw ng kanin. Idagdag ang suka at mainit na sarsa ng paminta.

63. Taco Seasoning rice na may pinto beans

Servings: 6 Servings

MGA INGREDIENTS
2 tasang Tubig
8 ounces ng Tomato sauce
1 pack taco seasoning mix
1 tasang mais
½ tasa berdeng paminta -- tinadtad
½ kutsarita ng Oregano
⅛ kutsarita ng Bawang pulbos
1 tasang long-grain rice
16 ounces Pinto beans, de-lata
Mga direksyon
Sa isang katamtamang kasirola, pagsamahin ang lahat ng sangkap, maliban sa kanin at beans.
Pakuluan ang timpla sa katamtamang init. Haluin ang bigas at beans.
Kapag kumulo muli ang timpla, haluin, pagkatapos ay bawasan ang init sa medium-low, takpan, at kumulo hanggang sa maluto ang karamihan sa likido, 45 minuto hanggang 1 oras.
Alisin mula sa init, at itabi sa takip sa loob ng 5 minuto.
Haluing mabuti.

64.Indian pumpkin rice at beans

Servings: 8

MGA INGREDIENTS
1 kutsarang langis ng Canola
1 medium Yellow sibuyas; tinadtad
2 sibuyas na bawang; tinadtad
2 tasang Pumpkin cubes
2 kutsarita ng Curry powder
½ kutsarita Itim na paminta
½ kutsarita ng Asin
¼ kutsarita Mga giniling na clove
1½ tasang mahabang butil na puting bigas
1 tasang tinadtad na kale o spinach
15 ounces Lutong pinto beans; pinatuyo at binanlawan
Mga direksyon
Sa isang malaking kasirola init ang mantika sa katamtamang init.
Idagdag ang sibuyas at bawang at lutuin, pagpapakilos, sa loob ng
5 minuto hanggang sa maging translucent ang sibuyas. Ihalo ang
kalabasa, kari, paminta, asin, at clove, at lutuin ng 1 minuto pa.
Magdagdag ng 3 tasa ng tubig at ang kanin, takpan, at pakuluan.
Magluto sa katamtamang mababang init ng halos 15 minuto.
Haluin ang kale at beans at lutuin ng mga 5 minuto pa.
Hugasan ang kanin at patayin ang apoy. Hayaang tumayo ng 10
hanggang 15 minuto bago ihain.

65. Mexican Cowboy Beans

Servings: 6

MGA INGREDIENTS

- ½ lb. Pinto beans, tuyo
- 1 Sibuyas, puti, malaki
- 3 cloves Bawang, durog
- 2 sanga ng Cilantro
- ¼ tasa ng stock ng gulay o tubig
- 6 oz. (3/4 tasa) chorizo
- 2 Serrano chile, tinadtad
- 1 kamatis, malaki, diced

MGA DIREKSYON

a) Ibabad ang beans sa tubig magdamag.
b) Sa susunod na araw, salain ang mga ito at ilagay sa isang malaking palayok. Ibuhos ang sapat na tubig sa palayok upang mapuno ang ¾ ng daan.
c) Hatiin ang iyong sibuyas sa kalahati. Ilagay ang ½ sibuyas, cilantro sprigs, at 3 bawang cloves sa palayok na may mga beans. Ireserba ang iba pang kalahati ng sibuyas.
d) Pakuluan ang tubig at hayaang maluto ang beans hanggang halos lumambot, humigit-kumulang 1 ½ oras.
e) Habang niluluto ang beans, painitin ang isang malaking kawali sa katamtamang init. Magdagdag ng chorizo at igisa hanggang bahagyang browned, mga 4 na minuto. Habang nagluluto ang chorizo, hiwain ang kalahati ng sibuyas.
f) Alisin ang chorizo sa kawali at itabi. Magdagdag ng ¼ tasa ng tubig, tinadtad na sibuyas, at Serrano peppers sa sauté pan. Pawisan ang sibuyas at sili hanggang malambot at maaninag ng mga 4 – 5 minuto. Magdagdag ng kamatis at hayaang maluto ng 7-8 minuto o hanggang masira ang kamatis at mailabas ang lahat ng katas nito.

g) Idagdag ang timpla na ito at ang chorizo sa kaldero ng beans at hayaang kumulo ng 20 minuto pa o hanggang sa ganap na lumambot ang beans. Timplahan ng asin at paminta ayon sa panlasa.

h) Bago ihain, alisin ang kalahating sibuyas, cilantro sprig, at mga clove ng bawang mula sa beans. Timplahan ng asin at paminta

66. Kapistahan ng Caribbean

MGA INGREDIENTS
JERK JACKFRUIT

- 3 lata Young Jack Fruit sa brine, pinatuyo at tinapik-tapik pagkatapos ay hinila sa maliit na piraso
- 1 kutsarang Vita Coca Coconut Oil
- 3 Spring Onions, hiniwa nang pino
- 3 siwang Bawang, tinadtad
- 1/2 Scotch Bonnet Chili (gumamit ng isang buong 1 para sa sobrang maanghang)
- Piraso ng luya na kasing laki ng hinlalaki, tinadtad
- 1 Dilaw na Paminta, tinanggalan ng binhi at kinubo
- 1 tasa/200g Black Beans, mula sa isang lata. Pinatuyo at binanlawan.
- 1 kutsarang All Spice
- 2 kutsarita ng Ground Cinnamon
- 3 kutsarang Soy Sauce
- 5 kutsarang Tomato Purée
- 4 na kutsarang Coconut Sugar
- 1 tasa/240ml Pineapple Juice
- Juice 1 kalamansi
- 1 kutsarang sariwang dahon ng thyme
- 2 kutsarita ng Sea Salt
- 1 kutsarita ng Bitak na Black Pepper

BIGAS at gisantes

- 1 Tin Kidney Beans, likidong nakalaan
- 1 lata gata ng niyog
- 3 kutsarang Fresh Thyme
- Kurot ng Sea Salt at Black Pepper
- 1 & 1/2 cups/340g Long Grain Rice, binalaan
- Stock ng gulay, kung kinakailangan.

PRIRING PLANTAIN

- 2 Plantain, binalatan at gupitin sa mga cm disc
- 2 kutsarang Vita Coca Coconut Oil

- 2 kutsarang Coconut Sugar
- Kurot ng Asin at Paminta

MANGO SALAD
- 1/2 Fresh Mango, binalatan at ginupit
- 1 kutsarita Sariwang Sili, tinadtad ng pinong
- Isang dakot na sariwang kulantro
- Katas ng Kalahating Lime
- Sariwang Mixed Salad

MGA DIREKSYON

a) Maglagay muna ng malaking casserole dish o kawali sa katamtamang apoy. Ilagay ang coconut oil na sinundan ng sibuyas, bawang, luya, sili at dilaw na paminta. Hayaang lumambot ang halo sa loob ng 3 minuto bago idagdag ang mga pampalasa at lutuin ng 2 minuto pa. Magdagdag ng isang pakurot ng pampalasa.

b) Ilagay ang langka sa kawali at haluing mabuti, lutuin ang halo sa loob ng 3-4 minuto.

c) Susunod na idagdag ang asukal sa niyog at ang black beans. Patuloy na haluin pagkatapos ay idagdag ang toyo, tomato puree at pineapple juice. Hinaan ang apoy at idagdag ang katas ng kalamansi at ilang tinadtad na sariwang dahon ng thyme.

d) Isara ang takip at hayaang maluto ang langka nang humigit-kumulang 12-15 minuto.

e) Para sa kanin, idagdag ang mga sangkap sa isang kasirola at i-pop ang takip. ilagay ang kawali sa mahinang apoy at hayaang maabsorb ng bigas ang lahat ng likido hanggang sa maging magaan at malambot. ito ay dapat tumagal ng 10-12 minuto. kung ang iyong bigas ay masyadong tuyo bago ito maluto, magdagdag ng tubig o gulay na stock.

f) susunod, ang plantain. painitin muna ang non-stick frying pan sa katamtamang apoy at ilagay ang coconut oil, kapag mainit idagdag ang plantain wedges, at lutuin sa magkabilang gilid ng 3-4 minuto hanggang sa mag-caramelized at mag-golden. timplahan ng coconut sugar, asin at paminta.

g) para sa salad simpleng paghaluin ang lahat ng mga sangkap sa isang maliit na mangkok ng paghahalo.

h) pagsilbihan ang lahat nang sama-sama, magsaya.

67.Jamaican Jerk Jackfruit at Beans with Rice

Servings:2

MGA INGREDIENTS
- 1 sibuyas
- 2 sibuyas ng bawang
- 1 sili
- 2 baging kamatis
- 2 kutsarita ng Jamaican jerk seasoning
- 400g lata ng kidney beans
- 400g lata ng langka
- 200ml gata ng niyog
- 150g puting long-grain na bigas
- 50g baby leaf spinach
- Asin sa dagat
- Bagong giniling na paminta
- 1 kutsarang langis ng oliba
- 300ml tubig na kumukulo

MGA DIREKSYON

j) Balatan at gupitin ang sibuyas. Balatan at lagyan ng rehas ang bawang. Hatiin ang sili, i-flick ang mga buto at lamad para hindi gaanong init, at gupitin ng makinis. Hiwa-hiwain ang mga kamatis.

k) Ibuhos ang 1 kutsarang mantika sa isang malaking kawali at dalhin sa katamtamang apoy. I-slide sa mga sibuyas at isang magandang pakurot ng asin at paminta. Magprito sa loob ng 4-5 minuto, paminsan-minsang paghahalo, hanggang sa lumambot at bahagyang kulay. Haluin ang bawang, sili at 2 kutsarita ng Jamaican jerk seasoning at ipagpatuloy ang pagprito ng karagdagang 2 minuto

l) Ilagay ang tinadtad na kamatis sa kawali. Alisan ng tubig ang kidney beans at langka at ilagay sa kawali. Ibuhos ang gata ng niyog. Paghaluin ng mabuti at pakuluan, pagkatapos ay takpan ng bahagya ang takip at pakuluan ng dahan-dahan sa loob ng 20 minuto Sa oras ng pagluluto, gumamit ng kahoy na kutsara paminsan-minsan upang masira nang kaunti ang mga tipak ng langka.

m) Ilagay ang bigas sa isang salaan at bigyan ito ng magandang banlawan sa ilalim ng malamig na tubig. Ilagay sa isang maliit na kawali at magdagdag ng 300ml na tubig na kumukulo at isang kurot ng asin. Ilagay sa isang takip at pakuluan, pagkatapos ay lumiko pakanan at malumanay na kumulo sa loob ng 8 minuto, hanggang ang lahat ng tubig ay masipsip. Alisin ang bigas sa apoy at iwanan ito sa singaw sa kawali, na natatakpan, sa loob ng 10 minuto

n) Haluin ang spinach sa langka at sitaw hanggang malanta. Tikman ang sarsa at magdagdag ng asin kung kinakailangan.

o) Sandok ang kanin sa dalawang malalim na mangkok at itaas na may masaganang sandok ng langka na kari at ihain.

68. Rice Pilaf na May Bean, Prutas at Nuts

MGA INGREDIENTS

- 1 1/2 tasa ng long-grain rice
- 1 kutsarang neutral na langis ng gulay
- 1 katamtamang sibuyas, pinong tinadtad
- 1 hanggang 2 maliit na sariwang mainit na sili, hiniwa, opsyonal
- 2/3 tasa ng mga pasas o pinatuyong cranberry, o isang kumbinasyon
- 1/3 tasa ng nilutong pinto beans
- 1/3 tasa ng pinong tinadtad na pinatuyong mga aprikot
- 1/4 kutsarita ng turmerik
- 1/2 kutsarita ng kanela
- 1/4 kutsarita na giniling o sariwang nutmeg
- 1/2 kutsarita ng tuyo na basil
- 1/4 tasa ng orange juice, mas mabuti na sariwa
- 2 kutsarita ng agave nectar
- 1 hanggang 2 kutsarang lemon o lime juice, sa panlasa
- 1/2 tasa toasted cashews (buo o tinadtad) o hiniwang almond
- Asin at sariwang giniling na paminta sa panlasa

Mga direksyon

a) Pagsamahin ang kanin na may 4 na tasang tubig sa isang kasirola. Pakuluan nang mahina, pagkatapos ay babaan ang apoy, takpan, at pakuluan nang marahan sa loob ng 30 minuto, o hanggang masipsip ang tubig.

b) Kapag tapos na ang bigas, init ang mantika sa isang malaking kawali. Idagdag ang sibuyas at opsyonal na sili na igisa sa katamtamang apoy hanggang sa ginintuang.

c) Haluin ang kanin at lahat ng natitirang sangkap maliban sa mga mani, asin, at paminta. lutuin sa mahinang apoy, madalas na pagpapakilos, para sa mga 8 hanggang 10 minuto, na nagpapahintulot sa mga lasa na maghalo.

d) Haluin ang mga mani, timplahan ng asin at paminta, at ihain.

69. Beans at bigas cha cha cha bowl

Servings: 6

MGA INGREDIENTS
2 kutsarang langis ng oliba
2 siwang bawang, tinadtad
1 tasang hiniwang sibuyas
1 tasa Binalatan, hiniwang kintsay
1 tasang hiniwang karot
1 kutsarita Chili powder
¼ tasa ng de-latang diced berdeng sili
1 pounds pinto beans
¼ sibuyas, halos hiniwa
1 Taba 263 Calorie
2 tasang hiniwang mushroom
2 tasa Lutong pangunahing black beans
½ tasa Reserve bean stock
2 kutsarang tinadtad na cilantro
Asin at paminta para lumasa
3 tasang Lutong long-grain rice
1 kutsarang Lemon juice
2 kutsarita Asin o panlasa

MGA INGREDIENTS
Sa malaking malalim na kasirola magpainit ng langis ng oliba, at igisa ang bawang, sibuyas, kintsay, karot at sili, hanggang sa maging translucent ang sibuyas.
Magdagdag ng mga sili at mushroom at igisa ng 5 minuto pa.
Haluin ang beans, bean stock at cilantro. Timplahan ayon sa panlasa.
Takpan at kumulo sa mahinang apoy mga 10 minuto, paminsan-minsang pagpapakilos.
Ihain sa ibabaw ng kanin.

70. Singkamas Stir Fry na may Beans

Servings: 2 tao

MGA INGREDIENTS
- 1 kutsarang langis ng oliba
- 2 purple top turnips - kinuskos, pinutol, at diced
- 3 tasang spinach
- 1 15.5 oz can pinto beans - pinatuyo at binanlawan
- 1 kutsarang sariwang luya - pinong tinadtad
- 2 cloves bawang - pinindot o tinadtad
- 1 kutsarang pulot
- 1 kutsarang suka ng bigas
- 2 kutsarang binawasang sodium soy sauce
- 1 tasang long-grain rice - niluto, para ihain

MGA DIREKSYON
a) Kung kailangan mong maghanda ng kanin o isang buong butil para sa pagkain, simulan iyon bago gawin ang stir fry.
b) Init ang langis ng oliba sa isang malaking kawali sa katamtamang init. Idagdag ang mga singkamas at lutuin, haluin/i-flipping paminsan-minsan, sa loob ng 8-12 minuto o hanggang sa bahagyang kayumanggi at lumambot.
c) Habang nagluluto ang singkamas, haluin ang luya, bawang, pulot, suka ng bigas, at toyo sa isang maliit na mangkok. Idagdag ang spinach, beans, at sauce sa kawali. Magluto ng 4-6 minuto, o hanggang malanta ang spinach at uminit ang stir fry.
d) Ihain nang mainit sa kanin.

71.Bigas na may tupa, dill at beans

Servings: 8 servings

MGA INGREDIENTS
2 kutsarang Mantikilya
1 katamtamang sibuyas; binalatan at gupitin sa 1/4 pulgadang makapal na hiwa
3 libra Walang butong balikat ng tupa, nakakubo
3 tasang Tubig
1 kutsarang Asin
2 tasang hilaw na mahabang butil na puting bigas, ibinabad at pinatuyo
4 tasa Dill, sariwa; pinong hiwa
2 sampung ans. Pinto beans
8 kutsarang Mantikilya; natunaw
¼ kutsarita na mga sinulid ng Saffron; dinurog at natunaw sa 1 kutsara. maligamgam na tubig

MGA DIREKSYON
Sa isang mabigat na 3 hanggang 4 na quart casserole, na may mahigpit na angkop na takip, tunawin ang 2 kutsarang mantikilya sa katamtamang init.
Kapag ang bula ay nagsimulang humupa, idagdag ang mga sibuyas at, madalas na pagpapakilos, lutuin ng mga 10 minuto, o hanggang sa ang mga hiwa ay matingkad na kayumanggi. Gamit ang isang slotted na kutsara, ilipat ang mga ito sa isang plato.
Kalahating dosenang piraso o higit pa sa isang pagkakataon, kayumanggi ang mga cube ng tupa sa taba na natitira sa kaserol, pinipihit ang mga ito gamit ang mga sipit o isang kutsara at kinokontrol ang init upang makulayan ang mga ito nang malalim at pantay nang hindi nasusunog. Habang sila ay kayumanggi, ilipat ang mga cubes ng tupa sa plato na may mga sibuyas.
Ibuhos ang 3 tasa ng tubig sa kaserola at pakuluan sa mataas na init, samantala, kuskusin ang mga brown na particle na nakakapit sa ilalim at gilid ng kawali. Ibalik ang tupa at sibuyas sa kaserol, idagdag ang asin, at bawasan ang apoy sa mababang.
Takpan ng mahigpit at kumulo ng humigit-kumulang 1 oras at 15 minuto, o hanggang malambot ang tupa at hindi nagpapakita ng panlaban kapag tinusok ng maliit at matalim na kutsilyo. Ilipat ang tupa, mga sibuyas at lahat ng likido sa pagluluto sa isang malaking mangkok at itabi ang kaserol.

Painitin ang oven sa 350 degrees. Pakuluan ang 6 na tasa ng tubig sa isang 5 hanggang 6 quart saucepan. Ibuhos ang bigas sa isang mabagal, manipis na sapa upang ang tubig ay hindi tumigil sa pagkulo. Haluin nang isang beses o dalawang beses, pakuluan nang mabilis sa loob ng 5 minuto, pagkatapos ay alisin ang kawali mula sa apoy, pukawin ang dill at beans at alisan ng tubig sa isang pinong salaan.

Ilagay ang halos kalahati ng pinaghalong bigas sa kaserol at basain ito ng « tasa ng likidong pagluluto ng tupa. Pagkatapos gamit ang isang spatula o kutsara, ikalat ang pinaghalong bigas sa mga gilid ng kawali.

Gamit ang isang slotted na kutsara, ibalik ang tupa at mga sibuyas sa kaserol at pakinisin ang mga ito sa ibabaw ng bigas.

Pagkatapos ay ikalat ang natitirang rice mixture sa ibabaw. Pagsamahin ang 2 kutsara ng tinunaw na mantikilya sa 6 na kutsara ng sabaw ng tupa at ibuhos ito sa kanin. Pakuluan ang kaserol sa sobrang init.

Takpan nang mahigpit at maghurno sa gitna ng oven sa loob ng 30 hanggang 40 minuto, o hanggang sa malambot ang beans at nasipsip ng bigas ang lahat ng likido sa kaserol.

Upang ihain, kutsara ang tungkol sa isang tasa ng pinaghalong bigas sa isang maliit na mangkok, idagdag ang natunaw na saffron at haluin hanggang sa ang kanin ay matingkad na dilaw.

Ikalat ang halos kalahati ng natitirang kanin sa isang pinainit na pinggan at ayusin ang tupa sa ibabaw nito. Takpan ang tupa ng natitirang pinaghalong plain rice at palamutihan ito ng saffron rice. Ibuhos ang natitirang 6 na kutsara ng tinunaw na mantikilya sa itaas.

72. Cheesy Pinto Beans

Servings: 4

MGA INGREDIENTS
2 cloves ng bawang
1 jalapeño
1 kutsarang mantika
2 15oz. lata pinto beans
1/4 kutsarita pinausukang paprika
1/4 kutsarita ng ground cumin
1/8 kutsarita na bagong lamat na itim na paminta
2 gitling mainit na sarsa
1/2 tasa ginutay-gutay na cheddar cheese
2 servings ng long-grain rice, niluto
MGA DIREKSYON
Hiwain ang bawang at hiwain ng pino ang jalapeño.

Idagdag ang bawang, jalapeño, at mantika sa kawali. Igisa ang bawang at jalapeño sa katamtamang init ng halos isang minuto, o hanggang sa mabango ang bawang.

Magdagdag ng isang lata ng pinto beans sa isang blender, kasama ang likido sa lata, at purée hanggang makinis.

Idagdag ang puréed beans at ang pangalawang lata ng beans (pinatuyo) sa sauce-pot na may bawang at jalapeño. Haluin upang pagsamahin.

Timplahan ang beans ng pinausukang paprika, kumin, paminta, at mainit na sarsa. Haluin upang pagsamahin, pagkatapos ay init sa ibabaw ng daluyan, pagpapakilos paminsan-minsan.

Panghuli, idagdag ang ginutay-gutay na cheddar at haluin hanggang sa maayos itong matunaw sa beans. Tikman ang beans at ayusin ang pampalasa ayon sa gusto mo. Ihain sa kanin o kasama ng paborito mong pagkain.

73. Bigas at beans na may basil pesto

Servings:4 Servings

MGA INGREDIENTS

- Spray sa pagluluto ng gulay
- 1 tasang tinadtad na sibuyas
- 1 tasang hilaw na bigas na long-grain
- 13¾ onsa sabaw ng manok na walang idinagdag na asin, (1 lata)
- 1 tasang tinadtad na hindi binalatan na kamatis
- ¼ tasa Komersyal na pesto basil sauce
- 16 ounces pinto beans

MGA DIREKSYON

a) Pahiran ng cooking spray ang isang malaking kawali, at ilagay sa medium-high heat hanggang mainit.

b) Magdagdag ng sibuyas; igisa ng 2 minuto. Magdagdag ng kanin at sabaw; pakuluan.

c) Bawasan ang init, at kumulo, walang takip, 15 minuto o hanggang maluto ang bigas at masipsip ang likido.

d) Haluin ang kamatis, pesto sauce, at beans; magluto ng 2 minuto o hanggang sa lubusan na init.

74. Flank steak na may black beans at kanin

Servings:6 Servings

MGA INGREDIENTS

- 1½ pounds Flank steak
- 3 tablespoons Langis ng gulay
- 2 dahon ng bay
- 5 tasang baka ng baka
- 4 na kutsarang langis ng oliba
- 2 mga sibuyas; tinadtad
- 6 na sibuyas ng bawang; tinadtad
- 1 kutsarang pinatuyong oregano
- 1 kutsarang Ground cumin
- 2 kamatis; may binhi, tinadtad
- asin; sa panlasa
- Bagong-giniling na itim na paminta; sa panlasa
- Pinto beans
- Nagluto ng puting bigas
- 2 tablespoons Langis ng gulay
- 6 Itlog

MGA DIREKSYON

a) Timplahan ng asin at paminta ang steak. Init ang langis ng gulay sa mabigat na malaking kawali sa mataas na init. Magdagdag ng steak at lutuin hanggang browned sa lahat ng panig. Magdagdag ng bay leaves at stock.

b) Bawasan ang init at kumulo nang dahan-dahan hanggang sa maging malambot ang steak, paminsan-minsan, mga 2 oras.

c) Alisin sa init at hayaang lumamig ang karne sa stock. Alisin ang karne mula sa stock at gupitin ito. Magreserba ng 1 tasa ng pagluluto ng likido; magreserba ng natitirang likido sa pagluluto para sa isa pang gamit. Init ang langis ng oliba sa mabigat na malaking kawali sa katamtamang init. Magdagdag ng sibuyas at igisa hanggang sa ginto.

d) Magdagdag ng bawang, oregano at kumin at igisa hanggang mabango. Magdagdag ng mga kamatis at magpatuloy sa pagluluto hanggang ang karamihan sa likido ay sumingaw.

e) Magdagdag ng ginutay-gutay na karne at 1 tasa na nakareserbang cooking liquid. Timplahan ng asin at paminta ayon sa panlasa. Ayusin ang karne ng baka, kanin at beans sa isang hugis-parihaba na pinggan sa tatlong hanay na may kanin sa gitna (dapat itong magmukhang bandila ng Venezuelan).

f) Init ang langis ng gulay sa mabigat na malaking kawali sa katamtamang init. Hatiin ang mga itlog sa kawali. Iprito hanggang malambot. Ihain sa ibabaw ng beans, karne at kanin.

75. African Rice at Beans

Servings: 6

MGA INGREDIENTS
½ tasang pula / palm / o canola oil ang ginamit ko ½ at ½
2-3 bawang clove tinadtad
1 katamtamang sibuyas na hiniwa
1 kutsarang pinausukang paprika
1 kutsarita ng tuyo na thyme
½ scotch bonnet pepper o ½ kutsarita ng cayenne pepper
4 na kamatis na hiniwa
2 tasang hinugasan ang mahabang butil ng bigas
2 tasa ng nilutong beans itim, pula, itim na mata na mga gisantes
4 1/2 - 5 tasang sabaw ng manok o tubig
1 kutsarang asin o higit pa sa panlasa
1/4 cup crayfish opsyonal
1 kutsarita chicken bouillon opsyonal
MGA DIREKSYON
Painitin ang isang kasirola na may mantika. Pagkatapos ay
magdagdag ng mga sibuyas, bawang, thyme, pinausukang paprika
at mainit na paminta, igisa ng halos isang minuto, magdagdag ng
mga kamatis. Magluto ng mga 5-7 minuto.
Haluin ang bigas sa kawali; ipagpatuloy ang paghahalo ng mga 2
minuto.
Pagkatapos ay magdagdag ng beans, 4 1/2 tasa ng stock ng
manok/tubig, pakuluan bawasan ang init, at kumulo hanggang
maluto ang kanin, mga 18 minuto o higit pa. Ayusin para sa asin at
paminta. Kailangan mong pukawin paminsan-minsan upang
maiwasan ang anumang pagkasunog.
Ihain nang mainit kasama ng manok, nilaga o gulay

76. Bean at Rice Soup

Servings: 4

MGA INGREDIENTS
- 2 tasang manok, niluto at nilagyan ng cube
- 1 tasang long-grain rice, niluto
- 2 15-onsa na lata ng pinto beans, pinatuyo
- 4 tasang stock ng manok
- 2 kutsarang Taco Seasoning Mix
- 1 tasang tomato sauce

Mga toppings:
- Grated na keso
- Salsa
- Tinadtad na cilantro
- Tinadtad na sibuyas

Mga direksyon
Ilagay ang lahat ng sangkap sa isang medium stockpot. Haluing malumanay.
Magluto sa katamtamang init, kumulo ng mga 20 minuto, paminsan-minsang pagpapakilos.
Ihain kasama ng mga toppings.

77.Maanghang na karne

MGA INGREDIENTS

- Ground/minced beef 500g
- 1 Malaking sibuyas na tinadtad
- 3 siwang ng Bawang
- 2Mga lata ng tinadtad na kamatis 400g
- Pigain ang tomato puree
- 1 kutsarita ng chili powder (o sa panlasa)
- 1 kutsarita ng ground cumin
- dash ng Worcester sauce
- Budburan ng asin at paminta
- 1 tinadtad na pulang paminta
- 1 lata ng pinatuyo na kidney beans 400g

Mga direksyon
Iprito ang sibuyas sa isang mainit na kawali na may mantika hanggang sa halos kayumanggi pagkatapos ay ilagay ang tinadtad na bawang
Idagdag ang mince at pukawin hanggang kayumanggi; alisan ng tubig ang anumang labis na taba kung ninanais
Idagdag ang lahat ng pinatuyong pampalasa at pampalasa pagkatapos ay bawasan ang init at magdagdag ng tinadtad na kamatis
Haluing mabuti at ilagay ang tomato purée at Worcestershire sauce pagkatapos ay hayaang kumulo ng halos isang oras (mas mababa kung nagmamadali ka)
Idagdag ang tinadtad na pulang paminta at patuloy na kumulo sa loob ng 5 minuto, pagkatapos ay idagdag ang lata ng pinatuyo na kidney beans at lutuin ng karagdagang 5 minuto Kung ang sili ay matuyo sa anumang punto magdagdag lamang ng kaunting tubig. Ihain kasama ng kanin, jacket na patatas o pasta!

78. Classic Three Bean Chili

Mga sangkap:

1 lata ng black beans, pinatuyo at binanlawan

1 lata ng kidney beans, pinatuyo at binanlawan

1 lata pinto beans, pinatuyo at binanlawan

1 sibuyas, tinadtad

2 cloves ng bawang, tinadtad

1 pulang kampanilya paminta, tinadtad

1 kutsarang sili na pulbos

1 kutsarita ng kumin

1/2 kutsarita ng paprika

1/4 kutsarita ng cayenne pepper

2 lata na diced na kamatis, hindi pinatuyo

2 tasang sabaw ng gulay

Asin at paminta para lumasa

Mga Tagubilin:

Sa isang malaking kaldero, igisa ang sibuyas, bawang, at pulang kampanilya sa katamtamang init hanggang lumambot.

Idagdag ang chili powder, cumin, paprika, at cayenne pepper at lutuin ng 1-2 minuto, patuloy na pagpapakilos.

Idagdag ang mga diced na kamatis (na may mga juice), beans, at sabaw ng gulay.

Pakuluan ang sili, pagkatapos ay bawasan ang apoy at pakuluan ng 30 minuto.

Timplahan ng asin at paminta sa panlasa at ihain nang mainit.

79. Quinoa Chili

Mga sangkap:

1 kutsarang langis ng oliba
1 sibuyas, tinadtad
2 cloves ng bawang, tinadtad
1 pulang kampanilya paminta, tinadtad
1 berdeng paminta, tinadtad
1 jalapeño pepper, seeded at tinadtad
1 tasa ng quinoa, banlawan at pinatuyo
1 lata ng black beans, pinatuyo at binanlawan
1 lata ng kidney beans, pinatuyo at binanlawan
2 lata na diced na kamatis, hindi pinatuyo
2 tasang sabaw ng gulay
1 kutsarang sili na pulbos
1 kutsarita ng kumin
1/2 kutsarita pinausukang paprika
Asin at paminta para lumasa
Mga Tagubilin:

Sa isang malaking kaldero, init ang langis ng oliba sa katamtamang init.

Idagdag ang sibuyas, bawang, red bell pepper, green bell pepper, at jalapeño pepper at igisa hanggang lumambot.
Idagdag ang quinoa, beans, diced tomatoes, vegetable broth, chili powder, cumin, at smoked paprika.
Pakuluan ang sili, pagkatapos ay bawasan ang apoy at kumulo ng 25-30 minuto, o hanggang maluto ang quinoa.
Timplahan ng asin at paminta sa panlasa at ihain nang mainit.

80. Maanghang Black Bean Chili

Mga sangkap:

1 kutsarang langis ng oliba
1 sibuyas, tinadtad
2 cloves ng bawang, tinadtad
1 berdeng paminta, tinadtad
1 jalapeño pepper, seeded at tinadtad
1 kutsarang sili na pulbos
1 kutsarita ng kumin
1/2 kutsarita pinausukang paprika
2 lata black beans, pinatuyo at binanlawan
1 lata ng mga kamatis na diced, hindi pinatuyo
2 tasang sabaw ng gulay
Asin at paminta para lumasa
Mga Tagubilin:

Sa isang malaking kaldero, init ang langis ng oliba sa katamtamang init.

Idagdag ang sibuyas, bawang, green bell pepper, at jalapeño pepper at igisa hanggang lumambot.

Idagdag ang chili powder, cumin, at pinausukang paprika at lutuin ng 1-2 minuto, patuloy na pagpapakilos.

Idagdag ang black beans, diced na kamatis, at sabaw ng gulay.

Pakuluan ang sili, pagkatapos ay bawasan ang apoy at pakuluan ng 20-25 minuto.

Timplahan ng asin at paminta sa panlasa at ihain nang mainit.

81.Smoky Chipotle Sweet Potato Chili

Mga sangkap:

1 kutsarang langis ng oliba
1 sibuyas, tinadtad
2 cloves ng bawang, tinadtad
1 pulang kampanilya paminta, tinadtad
1 jalapeño pepper, seeded at tinadtad
2 katamtamang kamote, binalatan at tinadtad
1 lata ng black beans, pinatuyo at binanlawan
1 lata ng mga kamatis na diced, hindi pinatuyo
2 tasang sabaw ng gulay
2 chipotle peppers sa adobo sauce, tinadtad
1 kutsarita pinausukang paprika
Asin at paminta para lumasa
Mga Tagubilin:
Sa isang malaking kaldero, init ang langis ng oliba sa
katamtamang init.

Idagdag ang sibuyas, bawang, pulang kampanilya, at
jalapeño pepper at igisa hanggang lumambot.

Idagdag ang kamote at igisa ng 5-7 minuto, o hanggang sa
lumambot.

Idagdag ang black beans, diced tomatoes, vegetable broth,
chipotle peppers, at smoked paprika.

Pakuluan ang sili, pagkatapos ay bawasan ang apoy at
pakuluan ng 25-30 minuto, o hanggang lumambot ang
kamote.

Timplahan ng asin at paminta sa panlasa at ihain nang
mainit.

82. Lentil Chili

Mga sangkap:

1 kutsarang langis ng oliba
1 sibuyas, tinadtad
2 cloves ng bawang, tinadtad
1 pulang kampanilya paminta, tinadtad
1 berdeng paminta, tinadtad
1 jalapeño pepper, seeded at tinadtad
1 tasang pinatuyong kayumangging lentil, binanlawan at pinatuyo
1 lata ng mga kamatis na diced, hindi pinatuyo
2 tasang sabaw ng gulay
1 kutsarang sili na pulbos
1 kutsarita ng kumin
1/2 kutsarita pinausukang paprika
Asin at paminta para lumasa
Mga Tagubilin:

Sa isang malaking kaldero, init ang langis ng oliba sa katamtamang init.

Idagdag ang sibuyas, bawang, red bell pepper, green bell pepper, at jalapeño pepper at igisa hanggang lumambot.

Idagdag ang lentils, diced tomatoes, vegetable broth, chili powder, cumin, at smoked paprika.

Pakuluan ang sili, pagkatapos ay bawasan ang apoy at kumulo sa loob ng 25-30 minuto, o hanggang sa lumambot ang lentil.

Timplahan ng asin at paminta sa panlasa at ihain nang mainit.

83. Rice Soup

Servings: 4

MGA INGREDIENTS
4 na malalaking tangkay ng kintsay
3 malalaking karot
1 katamtamang puting sibuyas
1 kutsarita ng tuyo na thyme
1 kutsarita ng tuyo na perehil
1 kutsarita ng bawang pulbos
1 kutsarita ng asin
1/2 kutsarita ng ground sage
1 kutsarang coconut aminos
4 tasang sabaw ng gulay
2 tasang tubig
2/3 tasa ng mahabang butil na puting bigas
1 lata pinto beans (15 oz. lata)

MGA DIREKSYON
Dice o i-chop ang mga gulay sa mga piraso ng bite size.
Magdagdag ng malaking kaldero sa kalan at i-on ang medium heat.
I-spray ang ilalim ng palayok ng avocado oil o olive oil spray.
Magdagdag ng mga gulay.
Magluto ng mga gulay 3-4 minuto.
Pagkatapos ng 3-4 minuto, magdagdag ng mga pampalasa, bay leaf at coconut aminos. Haluin at lutuin ng 1-2 minuto pa.
Habang nagluluto ang mga gulay, banlawan ng mabuti ang kanin.
Magdagdag ng 1/2 tasa ng sabaw ng gulay at simutin ang ilalim/gilid ng palayok upang alisin ang anumang kayumangging piraso mula sa ibaba.
Idagdag ang natitirang sabaw, tubig at kanin sa kaldero. Haluin at takpan. Gawing mataas ang init.
Kapag kumulo na ang sabaw, hinaan ang apoy sa mahina at lutuin ng 15 minuto.
Habang nagluluto ang sopas, banlawan at alisan ng tubig ang beans. At idagdag ang mga ito sa sopas.
Bago ihain, alisin ang mga dahon ng bay. Ihain nang mainit.

84. Klasikong Sili

Mga sangkap:
1 lata ng kidney beans, pinatuyo at binanlawan
1 lata ng black beans, pinatuyo at binanlawan
1 lata pinto beans, pinatuyo at binanlawan
1 sibuyas, tinadtad
2 cloves ng bawang, tinadtad
1 pulang kampanilya paminta, tinadtad
1 berdeng paminta, tinadtad
1 lata na diced na kamatis
1 lata na tomato sauce
1 kutsarang sili na pulbos
1 tsp ground cumin
Asin at paminta para lumasa
Mga Tagubilin:

Init ang mantika sa isang malaking kaldero sa medium-high heat.

Magdagdag ng mga sibuyas, bawang, at kampanilya at lutuin
hanggang ang mga sibuyas ay maging translucent.

Magdagdag ng mga de-latang kamatis, sarsa ng kamatis, at pampalasa
sa palayok at haluing mabuti.

Magdagdag ng beans at kumulo sa loob ng 15-20 minuto.

Timplahan ng asin at paminta ayon sa panlasa.

85. Turkey at White Bean Chili

Mga sangkap:

1 kutsarang langis ng oliba
1 lb ground turkey
1 sibuyas, tinadtad
2 cloves ng bawang, tinadtad
2 lata puting beans, pinatuyo at binanlawan
1 lata na diced na kamatis
2 tasang sabaw ng manok
2 tsp sili na pulbos
1 tsp kumin
Asin at paminta para lumasa
Mga Tagubilin:

Init ang langis ng oliba sa isang malaking kaldero sa medium-high heat.

Magdagdag ng giniling na pabo, mga sibuyas, at bawang at lutuin hanggang sa maging kayumanggi ang pabo.

Magdagdag ng mga de-latang kamatis, sabaw ng manok, at pampalasa sa kawali at haluing mabuti.

Magdagdag ng puting beans at kumulo sa loob ng 20-25 minuto.

Timplahan ng asin at paminta ayon sa panlasa.

86. Butternut Squash at Black Bean Chili

Mga sangkap:

2 kutsarang langis ng oliba
1 sibuyas, tinadtad
3 cloves ng bawang, tinadtad
1 butternut squash, binalatan at tinadtad
1 lata ng black beans, pinatuyo at binanlawan
1 lata na diced na kamatis
2 tasang sabaw ng gulay
2 tsp sili na pulbos
1 tsp kumin
Asin at paminta para lumasa
Mga Tagubilin:

Init ang langis ng oliba sa isang malaking kaldero sa medium-high heat.

Magdagdag ng mga sibuyas, bawang, at butternut squash at lutuin ng 5-7 minuto.

Magdagdag ng mga de-latang kamatis, sabaw ng gulay, at pampalasa sa palayok at haluing mabuti.

Magdagdag ng black beans at kumulo ng 20-25 minuto o hanggang lumambot ang butternut squash.

Timplahan ng asin at paminta ayon sa panlasa.

87.Slow Cooker Chicken at Black Bean Chili

Mga sangkap:

1 lb walang buto na walang balat na dibdib ng manok, tinadtad
1 sibuyas
2 cloves ng bawang, tinadtad
1 lata ng black beans, pinatuyo at binanlawan
1 lata na diced na kamatis
2 tasang sabaw ng manok
2 tsp sili na pulbos
1 tsp kumin
Asin at paminta para lumasa
Mga Tagubilin:

Idagdag ang lahat ng sangkap sa isang mabagal na kusinilya at pukawin upang pagsamahin.

Magluto sa mababang para sa 6-8 na oras o sa mataas para sa 3-4 na oras.

Timplahan ng asin at paminta ayon sa panlasa.

88.Quinoa at Black Bean Chili

Mga sangkap:

1 kutsarang langis ng oliba
1 sibuyas, tinadtad
2 cloves ng bawang, tinadtad
1 pulang kampanilya paminta, tinadtad
1 lata ng black beans, pinatuyo at binanlawan
1 lata na diced na kamatis
2 tasang sabaw ng gulay
1/2 tasa ng quinoa
2 tsp sili na pulbos
1 tsp kumin
Asin at paminta para lumasa
Mga Tagubilin:

Init ang langis ng oliba sa isang malaking kaldero sa medium-high heat.

Magdagdag ng mga sibuyas, bawang, at kampanilya at lutuin hanggang ang mga sibuyas ay maging translucent.

Magdagdag ng mga de-latang kamatis, sabaw ng gulay, quinoa, at pampalasa sa palayok at haluing mabuti.

Magdagdag ng black beans at kumulo ng 20-25 minuto o hanggang lumambot ang quinoa.

Timplahan ng asin at paminta ayon sa panlasa.

89. Beef at Bean Chili

Mga sangkap:

1 lb ground beef
1 sibuyas, tinadtad
2 cloves ng bawang, tinadtad
1 lata ng kidney beans, pinatuyo at binanlawan
1 lata na diced na kamatis
2 tasang sabaw ng baka
2 tsp sili na pulbos
1 tsp kumin
Asin at paminta para lumasa
Mga Tagubilin:

Magluto ng giniling na karne ng baka sa isang malaking kaldero sa katamtamang apoy hanggang sa maging kayumanggi.

Magdagdag ng mga sibuyas at bawang at lutuin hanggang sa maging transparent ang mga sibuyas.

Magdagdag ng mga de-latang kamatis, sabaw ng baka, at pampalasa sa kaldero at haluing mabuti.

Magdagdag ng kidney beans at kumulo ng 20-25 minuto.

Timplahan ng asin at paminta ayon sa panlasa.

90. Lentil at Black Bean Chili

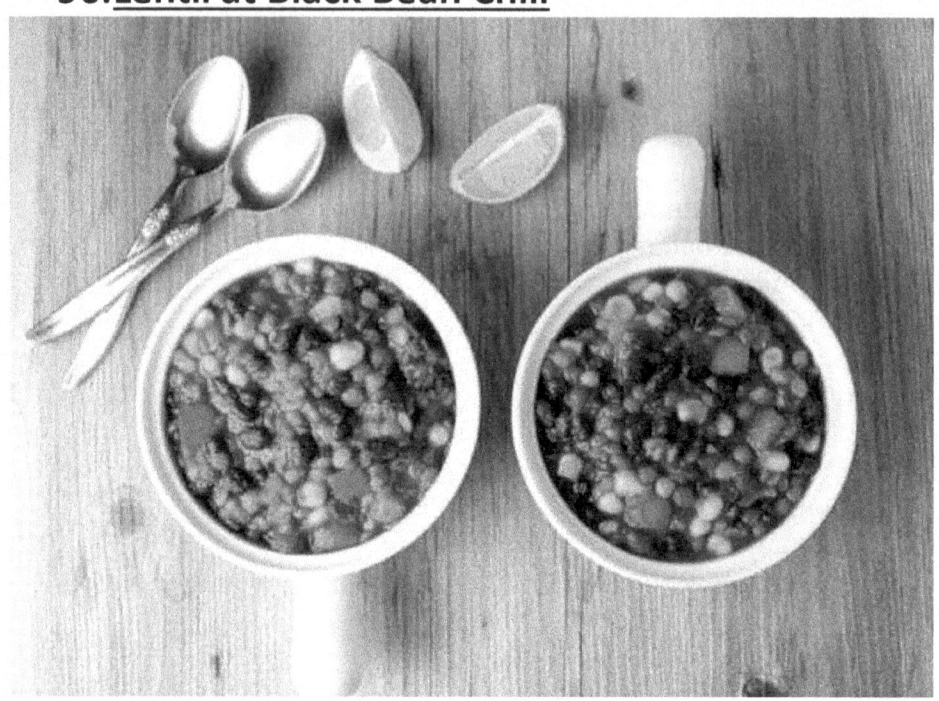

Mga sangkap:

2 kutsarang langis ng oliba
1 sibuyas, tinadtad
2 cloves ng bawang, tinadtad
1 pulang kampanilya paminta, tinadtad
1 lata ng black beans, pinatuyo at binanlawan
1 lata na diced na kamatis
2 tasang sabaw ng gulay
1 tasang pinatuyong lentil, banlawan at pinatuyo
2 tsp sili na pulbos
1 tsp kumin
Asin at paminta para lumasa
Mga Tagubilin:

Init ang langis ng oliba sa isang malaking kaldero sa medium-high heat.

Magdagdag ng mga sibuyas, bawang, at kampanilya at lutuin hanggang ang mga sibuyas ay maging translucent.

Magdagdag ng mga de-latang kamatis, sabaw ng gulay, lentil, at pampalasa sa palayok at haluing mabuti.

Magdagdag ng black beans at kumulo ng 25-30 minuto o hanggang lumambot ang lentil.

Timplahan ng asin at paminta ayon sa panlasa.

91. Baboy at White Bean Chili

Mga sangkap:

1 lb na balikat ng baboy, pinutol at tinadtad

1 sibuyas, tinadtad

2 cloves ng bawang, tinadtad

2 lata puting beans, pinatuyo at binanlawan

1 lata na diced na kamatis

2 tasang sabaw ng manok

2 tsp sili na pulbos

1 tsp kumin

Asin at paminta para lumasa

Mga Tagubilin:

Iluto ang balikat ng baboy sa isang malaking kaldero sa katamtamang apoy hanggang sa maging kayumanggi.

Magdagdag ng mga sibuyas at bawang at lutuin hanggang sa maging transparent ang mga sibuyas.

Magdagdag ng mga de-latang kamatis, sabaw ng manok, at pampalasa sa kawali at haluing mabuti.

Magdagdag ng puting beans at kumulo sa loob ng 20-25 minuto.

Timplahan ng asin at paminta ayon sa panlasa.

92. Turkey at Bean Chili

Mga sangkap:

1 lb ground turkey
1 sibuyas, tinadtad
2 cloves ng bawang, tinadtad
1 lata ng kidney beans, pinatuyo at binanlawan
1 lata ng black beans, pinatuyo at binanlawan
1 lata na diced na kamatis
2 tasang sabaw ng manok
2 tsp sili na pulbos
1 tsp kumin
Asin at paminta para lumasa
Mga Tagubilin:

Magluto ng giniling na pabo sa isang malaking kaldero sa katamtamang init hanggang sa mag-brown.

Magdagdag ng mga sibuyas at bawang at lutuin hanggang sa maging transparent ang mga sibuyas.

Magdagdag ng mga de-latang kamatis, sabaw ng manok, at pampalasa sa kawali at haluing mabuti.

Magdagdag ng kidney beans at black beans at kumulo ng 20-25 minuto.

Timplahan ng asin at paminta ayon sa panlasa.

93. Kamote at Black Bean Chili

Mga sangkap:

2 kutsarang langis ng oliba
1 sibuyas, tinadtad
2 cloves ng bawang, tinadtad
1 pulang kampanilya paminta, tinadtad
1 malaking kamote, binalatan at ginupit
1 lata ng black beans, pinatuyo at binanlawan
1 lata na diced na kamatis
2 tasang sabaw ng gulay
2 tsp sili na pulbos
1 tsp kumin
Asin at paminta para lumasa
Mga Tagubilin:

Init ang langis ng oliba sa isang malaking kaldero sa medium-high heat.

Magdagdag ng mga sibuyas, bawang, at kampanilya at lutuin hanggang ang mga sibuyas ay maging translucent.

Magdagdag ng kamote, de-latang kamatis, sabaw ng gulay, at pampalasa sa kaldero at haluing mabuti.

Magdagdag ng black beans at kumulo ng 25-30 minuto o hanggang lumambot ang kamote.

Timplahan ng asin at paminta ayon sa panlasa.

94. Beef at Bacon Bean Chili

Mga sangkap:

1 lb ground beef
4 na hiwa ng bacon, diced
1 sibuyas, tinadtad
2 cloves ng bawang, tinadtad
1 lata ng kidney beans, pinatuyo at binanlawan
1 lata na diced na kamatis
2 tasang sabaw ng baka
2 tsp sili na pulbos
1 tsp kumin
Asin at paminta para lumasa
Mga Tagubilin:

Magluto ng bacon sa isang malaking kaldero sa medium-high heat hanggang malutong. Alisin sa palayok at itabi.

Idagdag ang giniling na karne ng baka sa kaldero at lutuin hanggang sa maging browned.

Magdagdag ng mga sibuyas at bawang at lutuin hanggang sa maging transparent ang mga sibuyas.

Magdagdag ng mga de-latang kamatis, sabaw ng baka, at pampalasa sa kaldero at haluing mabuti.

Magdagdag ng kidney beans at kumulo ng 20-25 minuto.

Timplahan ng asin at paminta ayon sa panlasa. Ibabaw sa malutong na bacon.

95.Butternut Squash at Chickpea Chili

Mga sangkap:

2 kutsarang langis ng oliba
1 sibuyas, tinadtad
2 cloves ng bawang, tinadtad
1 pulang kampanilya paminta, tinadtad
1 maliit na butternut squash, binalatan at ginupit
1 lata ng chickpeas, pinatuyo at binanlawan
1 lata na diced na kamatis
2 tasang sabaw ng gulay
2 tsp sili na pulbos
1 tsp kumin
Asin at paminta para lumasa
Mga Tagubilin:

Init ang langis ng oliba sa isang malaking kaldero sa medium-high heat.
Magdagdag ng mga sibuyas, bawang, at kampanilya at lutuin hanggang ang mga sibuyas ay maging translucent.
Magdagdag ng butternut squash, de-latang kamatis, sabaw ng gulay, at pampalasa sa palayok at haluing mabuti.
Magdagdag ng chickpeas at kumulo ng 25-30 minuto o hanggang lumambot ang kalabasa.
Timplahan ng asin at paminta ayon sa panlasa.

96.Manok at White Bean Chili na may Lime

Mga sangkap:
1 lb na walang buto, walang balat na mga suso ng manok, hiniwa sa kagat-laki ng mga piraso
1 sibuyas, tinadtad
2 cloves ng bawang, tinadtad
1 lata white beans, pinatuyo at binanlawan
1 lata na diced na kamatis
2 tasang sabaw ng manok
Katas ng 1 kalamansi
2 tsp sili na pulbos
1 tsp kumin
Asin at paminta para lumasa
Mga Tagubilin:

Magluto ng manok sa isang malaking kaldero sa katamtamang apoy hanggang sa maging browned.

Magdagdag ng mga sibuyas at bawang at lutuin hanggang sa maging transparent ang mga sibuyas.

Magdagdag ng mga de-latang kamatis, sabaw ng manok, katas ng kalamansi, at pampalasa sa palayok at haluing mabuti.

Magdagdag ng puting beans at kumulo sa loob ng 20-25 minuto.

Timplahan ng asin at paminta ayon sa panlasa.

97.Beef at Bean Chili na may Beer

Mga sangkap:

1 lb ground beef
1 sibuyas, tinadtad
2 cloves ng bawang, tinadtad
1 lata ng kidney beans, pinatuyo at binanlawan
1 lata na diced na kamatis
1 tasang beer
2 tasang sabaw ng baka
2 tsp sili na pulbos
1 tsp kumin
Asin at paminta para lumasa
Mga Tagubilin:

Magluto ng giniling na karne ng baka sa isang malaking kaldero sa katamtamang apoy hanggang sa maging kayumanggi.

Magdagdag ng mga sibuyas at bawang at lutuin hanggang sa maging transparent ang mga sibuyas.

Magdagdag ng mga de-latang kamatis, serbesa, sabaw ng baka, at pampalasa sa palayok at haluing mabuti.

Magdagdag ng kidney beans at kumulo ng 20-25 minuto.

Timplahan ng asin at paminta ayon sa panlasa.

98. Moroccan Lamb Chili

Mga sangkap:

2 lbs na giniling na tupa
2 kutsarang langis ng oliba
1 malaking sibuyas, tinadtad
4 cloves na bawang, tinadtad
2 pulang kampanilya paminta, tinadtad
1 lata (28 oz) diced na kamatis, hindi pinatuyo
2 lata (15 oz bawat isa) chickpeas, pinatuyo at binanlawan
2 kutsarang harissa paste
1 tsp ground cinnamon
1/2 tsp giniling na luya
Asin at paminta para lumasa
Mga Tagubilin:

Init ang langis ng oliba sa isang malaking kaldero sa medium-high heat.

Magdagdag ng sibuyas at bawang at igisa hanggang sa maging translucent ang sibuyas.

Magdagdag ng giniling na tupa at lutuin hanggang sa mag browned.

Magdagdag ng red bell peppers at magpatuloy sa pagluluto ng 5 minuto.

Magdagdag ng diced tomatoes, chickpeas, harissa paste, cinnamon, luya, asin, at paminta.

Pakuluan, pagkatapos ay bawasan ang init sa mababang at kumulo sa loob ng 30 minuto.

Ihain nang mainit at magsaya!

99.Irish Lamb Chili

Mga sangkap:

2 lbs na giniling na tupa
2 kutsarang langis ng oliba
1 malaking sibuyas, tinadtad
4 cloves na bawang, tinadtad
2 pulang kampanilya paminta, tinadtad
1 lata (28 oz) diced na kamatis, hindi pinatuyo
2 lata (15 oz bawat isa) cannellini beans, pinatuyo at binanlawan
1 bote ng Irish stout beer
2 kutsarang tomato paste
1 kutsarang brown sugar
1 kutsarang Worcestershire sauce
1 tsp pinatuyong thyme
Asin at paminta para lumasa
Mga Tagubilin:

Init ang langis ng oliba sa isang malaking kaldero sa medium-high heat.

Magdagdag ng sibuyas at bawang at igisa hanggang sa maging translucent ang sibuyas.

Magdagdag ng giniling na tupa at lutuin hanggang sa mag browned.

Magdagdag ng red bell peppers at magpatuloy sa pagluluto ng 5 minuto.

Magdagdag ng mga diced na kamatis, cannellini beans, Irish stout beer, tomato paste, brown sugar, Worcestershire sauce, thyme, asin, at paminta.

Pakuluan, pagkatapos ay bawasan ang init sa mababang at kumulo sa loob ng 30 minuto.

Ihain nang mainit at magsaya!

100.   Fruit chili soup

Mga sangkap:

2 kutsarang langis ng oliba
1 malaking sibuyas, tinadtad
4 cloves na bawang, tinadtad
1 pulang kampanilya paminta, tinadtad
1 berdeng paminta, tinadtad
2 jalapeño peppers, seeded at tinadtad
1 lata (28 ounces) diced na kamatis, hindi pinatuyo
4 tasang sabaw ng gulay o manok
1 kutsarita ng ground cumin
1 kutsarita ng sili na pulbos
1 kutsarita ng tuyo na oregano
1 kutsarita ng asin
1/2 kutsarita ng itim na paminta
2 tasang tinadtad na pinaghalong prutas (tulad ng pinya, mangga, at peach)
Katas ng 1 kalamansi
1/4 tasa tinadtad na sariwang cilantro
Mga Tagubilin:

Init ang langis ng oliba sa isang malaking kaldero sa medium-high heat.
Magdagdag ng sibuyas at bawang at igisa hanggang sa maging translucent ang sibuyas.
Magdagdag ng pula at berdeng bell peppers, at jalapeño peppers, at ipagpatuloy ang pagluluto sa loob ng 5 minuto.
Magdagdag ng mga diced na kamatis, sabaw, kumin, sili, oregano, asin, at paminta. Pakuluan, pagkatapos ay bawasan ang init sa mababang at kumulo sa loob ng 15 minuto.
Magdagdag ng tinadtad na pinaghalong prutas, katas ng kalamansi, at cilantro, at ipagpatuloy ang pagluluto ng isa pang 5 minuto.
Ihain nang mainit at magsaya!

KONGKLUSYON

Umaasa kami na ang cookbook na ito ay nagbigay inspirasyon sa iyo upang tuklasin ang mayaman at maanghang na mundo ng sili. Sa 100 masarap at natatanging mga recipe na mapagpipilian, magagawa mong painitin ang iyong tastebuds at mapabilib ang iyong mga kaibigan at pamilya sa iyong mga kasanayan sa pagluluto.

Ngunit ang cookbook na ito ay simula pa lamang. Hinihikayat ka naming mag-eksperimento sa mga bagong sangkap at diskarte upang gawing sa iyo ang mga recipe na ito. Ang sili ay tungkol sa matapang at maanghang na lasa, at sa kaunting pagkamalikhain, maaari kang lumikha ng iyong sariling natatanging mga pagkain na nagpapakita ng iyong sariling panlasa at istilo.

Salamat sa pagsama sa amin sa paglalakbay na ito upang matuklasan ang sining ng pagluluto ng sili. Umaasa kami na ang cookbook na ito ay nagbigay sa iyo ng mga tool at inspirasyon upang lumikha ng masasarap at malasang mga pagkain na magpapainit sa iyo kahit sa pinakamalamig na araw. Maligayang pagluluto!.